കുട നനയാതെ

Kuda Nanayathe
Children's Literature

E Indulekha

CHINTHA PUBLISHERS
Thiruvananthapuram

First Edition
May 2023

Published & Typesetting
Chintha Publishers, Thiruvananthapuram

Cover Design
Vinod Mangoes

ISBN : 978-93-93468-94-9

CO - 3289 / 6544

Email: chinthapublishers@gmail. com
Website: www. chinthapublishers. com

A version is available at National Libraries
Kolkata, Mumbai, Chennai and Delhi

Distribution
DESHABHIMANI BOOKHOUSE
H O Thiruvananthapuram 695035

Branch
Head Office Kunnukuzhi • Statue Thiruvananthapuram
KSRTC Bus Terminal Thampanoor • Saphalyam Complex Thiruvananthapuram
KSRTC Bus Station Alappuzha • KSRTC Bus Station Ernakulam
Machingal Lane Thrissur • IG Road Kozhikode
Mavoor Road Kozhikode • NGO Union Building Kannur
Central Bus Terminal Complex Thavakkara Kannur

കുട നനയാതെ

ഇ ഇന്ദുലേഖ

ചിന്ത പബ്ലിഷേഴ്സ്
തിരുവനന്തപുരം-695 035

ഇ ഇന്ദുലേഖ

മലപ്പുറം ജില്ലയിലെ പെരിങ്ങാവിൽ പി ശ്രീധരൻ നായരുടെയും ഇ രുഗ്മിണിയുടെയും മകൾ. മലയാളത്തിൽ ബിരുദാനന്തര ബിരുദം. ഫാറൂഖ് ട്രെയിനിങ് കോളേജിൽനിന്ന് ബി എഡ് പൂർത്തിയാക്കി. ആനുകാലികങ്ങളിലും സോഷ്യൽ മീഡിയയിലും എഴുതാറുണ്ട്. ഇപ്പോൾ മഞ്ചേരി മുള്ളമ്പാറ എ എം യു പി സ്കൂളിൽ അദ്ധ്യാപികയായി ജോലി ചെയ്യുന്നു.

പ്രസിദ്ധീകരിച്ച കൃതി: *ആത്മാവ് അടക്കം ചെയ്ത വേരുകൾ.*

ഭർത്താവ് : വി വാസുദേവൻ
മക്കൾ : അരവിന്ദ്, അഞ്ജന
വിലാസം : വടക്കേതിൽ, നറുകര,
മഞ്ചേരി. 676122
ഫോൺ : 9496172184.

പ്രസാധകക്കുറിപ്പ്

മീനൂട്ടിയും അപ്പൂം അയ്ഷൂം പള്ളിക്കൂടമൊക്കെ പൂട്ടി പ്പോയ ദിവസങ്ങളിൽ ചുറ്റുമുള്ള പ്രദേശങ്ങൾ പാഠ ശാലയാക്കുന്നു. മോണകാട്ടിച്ചിരിക്കുന്ന ജാനുവ മ്മയും വല്യുമ്മയും വല്യുപ്പയും അവരുടെ അദ്ധ്യാ പകരാകുന്നു. അയൽവീടും വെളിപ്പറമ്പും പാടവ രമ്പും മഴയും വെയിലും മരക്കൊമ്പും മഞ്ഞക്കി ളിയും അവരുടെ നിർബ്ബന്ധിത ഒഴിവുകാലത്തെ നിറ യ്ക്കുന്നു.

കുട നനയാതെ എന്ന ലഘുനോവൽ കുട്ടിക്കാ ലത്തേക്കുള്ള മുതിർന്നവരുടെ മടക്കമല്ല കുട്ടികളുടെ പ്രകൃതിയിലേക്കുള്ള വളർച്ചയാണ്.

ഉണ്ണിയും കൂട്ടുകാരും പ്രകൃതിയും തമ്മിലുള്ള ഇട പെടലുകളും കുസൃതികളുമാണ് രണ്ടാമത്തെ ലഘു നോവലായ 'കാക്കത്തൊള്ളായിരം' പറയുന്നത്.

വരൂ കൂട്ടുകാരെ നമുക്ക് ഒന്നു നടക്കാനിറങ്ങാം.

ചിന്ത പബ്ലിഷേഴ്സ്

ആമുഖം

കവിതയെഴുത്തിൽനിന്നും ബാലസാഹിത്യത്തിലേക്കുള്ള യാത്ര വളരെ വലുതാണ്. കവിതയുടെ രൂപവും ഭാവവും അത്രമേൽ ആകർഷകമായി തോന്നിയതുകൊണ്ടുതന്നെ കവിതയെഴുത്തും സന്തോഷം നൽകിയിരുന്നു.

കുട്ടികളെപ്പോലെ ചിന്തിക്കുക, അവരെപ്പോലെ ചെറുതാകുക ഏറെ പ്രയാസമുള്ള കാര്യമാണ്. എത്ര മുതിർന്നവരായാലും അവരുടെ ഉള്ളിൽ കുട്ടിത്തം മറഞ്ഞിരിക്കുന്നുണ്ടാവും. ഓർമ്മയിലെ ബാല്യത്തിലൂടെ സഞ്ചരിച്ചപ്പോൾ മനസ്സിൽ തെളിഞ്ഞു വന്ന ചില ചിത്രങ്ങൾ നീണ്ട കഥകളായി രൂപാന്തരപ്പെട്ടതാണ് 'കുട നനയാതെ'യും 'കാക്കത്തൊള്ളായിര'വും.

നാം സ്വപ്നത്തിൽപോലും കാണാത്ത കാലത്തിലൂടെ ലോകം കടന്നുപോയപ്പോൾ ഏറെ മാനസിക സംഘർഷത്തിലായത് കുട്ടികളായിരിക്കും. കാലിൽ ചിറകുള്ള അവരുടെ മനസ്സിലേക്ക് ഇറങ്ങിച്ചെല്ലാനുള്ള ശ്രമം മാത്രമാണ് രണ്ടു കഥകളിലും പ്രതിഫലിക്കുന്നത്.

കഥ പറഞ്ഞ്, കഥ പറഞ്ഞ് കഥയില്ലായ്മയുടെ ലോകത്തെത്തിയ എന്റെ അമ്മയ്ക്ക്, പുസ്തകത്തിന്റെ ആദ്യ പ്രതി ഏറ്റുവാങ്ങാൻ ആഗ്രഹിച്ച് സാധിക്കാതെ പോയ എന്റെ അച്ഛന്, പ്രിയ

പ്പെട്ട കുട്ടികൾക്ക്, കുട്ടികളുടെ ഹൃദയമുള്ള മുതിർന്നവർക്ക് സ്നേഹപൂർവ്വം ഈ പുസ്തകം സമർപ്പിക്കുന്നു.

ചിന്ത പബ്ലിഷേഴ്സിലെ രാധാകൃഷ്ണൻ ചെറുവല്ലി സാറിനോടുള്ള പ്രത്യേകം നന്ദി ഇതോടൊപ്പം രേഖപ്പെടുത്തുന്നു.

ഇ ഇന്ദുലേഖ

ഭാഗം ഒന്ന്

കുട നനയാതെ

ഒന്ന്

മീനുക്കുട്ടി മുറ്റത്തേക്കു നോക്കി. അണ്ണാനും കുരുവിയും കാക്കയും ഓലേഞ്ഞാലിയും എന്തെന്നില്ലാത്ത ആഹ്ലാദത്തിലാണ്. വീടിനു മുന്നിലെ കുഞ്ഞുകാട്ടിൽ ഉത്സവമേളം പൊടിപൊടിക്കുന്നു. ചക്കരമാവിന്റെ വടക്കോട്ടു ചാഞ്ഞ കൊമ്പിൽ വലിയ പലക അടിച്ചുവച്ച പോലെ തേനീച്ചക്കൂട്. തൊട്ടടുത്ത വാകമരക്കൊമ്പിലെ കൊച്ചുകൂട്ടിൽ കാക്കക്കുഞ്ഞിന് തീറ്റ കൊടുക്കാനായി ഇടവും വലവും രണ്ടു കാക്കകൾ മത്സരിക്കുന്നു. അത്തിപ്പഴം പോലെ ചുവന്ന അതിന്റെ വായ ഇരുവശത്തേക്കും തിരിച്ചുകൊണ്ട് വാത്സല്യത്തിന്റെ മാധുര്യം നുകരുകയാണവൾ.

മീനുക്കുട്ടി ഇതെല്ലാം ആദ്യമായി കാണുന്ന കാഴ്ച പോലെ പരിസരം മറന്നിരിക്കുകയാണ്. “ഇന്നെന്തു പറ്റി നമ്മുടെ മീനുക്കുട്ടിക്ക്, നേരത്തെ എഴുന്നേറ്റല്ലോ!” രോഹിണിയാന്റിയുടെ കൊഞ്ചലിൽ മീനുക്കുട്ടിയുടെ കുഞ്ഞുകവിൾ തുടുത്തു. മണിയൻ പൂച്ച അവളുടെ കുഞ്ഞു പാദങ്ങളിൽ തന്റെ ദേഹം ഉരുമ്മിക്കൊണ്ട് ‘മ്യാവൂ, മ്യാവൂ’ എന്ന് കരഞ്ഞു.

അപ്പുറത്തു നിന്ന് അമ്മവിളിക്കുന്നു. “മീനുക്കുട്ടിക്ക് ഇന്നൊന്നും പഠിക്കാനില്ലേ?”

ഈ അമ്മയുടെ ഒരു കാര്യം. എപ്പോഴും പഠിക്കൂ, പഠിക്കൂ എന്ന നാമം മാത്രമേയുള്ളൂ.

കുഞ്ഞുകാട്ടിലെ കിളികളും മണിയൻ പൂച്ചയും ന്റെ ശംഭുവുമൊക്കെ ഇപ്പോ പഠിച്ചിട്ടാണോ? അവരൊക്കെ എത്ര ഭാഗ്യവാന്മാരാണ്. പഠിക്ക്യേം വേണ്ട, ക്ലാസും കാണണ്ട.

അവൾ മടിയോടെ പുസ്തകത്തിനു മുന്നിലിരുന്നു. ടീച്ചറിന്നലെ ഒരു കാടിന്റെ ചിത്രം വരയ്ക്കാൻ പറഞ്ഞിട്ടു പോയതാ. അവൾ പെൻസിൽ മുന കൂർപ്പിച്ചു. റബ്ബറും, ക്രയോൺ സുമെടുത്തു വച്ചു. അപ്പു എപ്പോഴും പറയും ചിത്രം വരയ്ക്കാൻ പോകുന്നതിന്റെ മുമ്പേ എല്ലാം ഒരുക്കി വയ്ക്കണോംന്ന്. അവന്റെ മുത്തശ്ശി പറഞ്ഞു കൊടുത്തതാണ്. "അപ്പൂനെന്തു സുഖാ. അവന്റെ മുത്തശ്ശി എല്ലാം പറഞ്ഞുകൊടുക്കും." ക്ലാസില് ടീച്ചറോട് ചാടിക്കയറി ഉത്തരം പറയണത് അപ്പുവാണെന്ന് നിവേദ് പറയാറുണ്ട്. എല്ലാം മുത്തശ്ശി പഠിപ്പിച്ചതാത്രെ.

മീനുക്കുട്ടി സങ്കടത്തോടെ പിറുപിറുത്തു. അവൾ അമ്മയുടെ അടുത്തേക്കോടി.

"അമ്മ നിക്കൊരു മുത്തശ്ശ്യേ വാങ്ങിത്തരുമോ." അമ്മ അവളുടെ കഴുത്തിനു മുകളിൽ മുട്ടി നില്ക്കുന്ന മുടിയിഴകളിൽ തഴുകി. "അമ്മ വഴീണ്ടാക്കാട്ടൊ."

മീനുക്കുട്ടി ചിത്രം വരയ്ക്കാനോടി.

വീടിനു മുന്നിൽ പ്രായമായൊരമ്മമ്മ വന്നു നില്ക്കുന്നു. വായിൽ നിറയെ മുറുക്കി ചുവപ്പിച്ചിട്ടുണ്ട്. മുറുക്കി ചുവപ്പിച്ച വരെ അവൾക്കിഷ്ടമല്ല. അവൾ ചോദ്യഭാവത്തിൽ നോക്കും മുന്നേ അവർ തിണ്ണയിൽ കയറിയിരുന്നു. മീനുക്കുട്ടി മണിയൻ പൂച്ചയുടെ തല തടവിക്കൊണ്ടിരുന്നു. അസൂയ പൂണ്ട ശംഭു അവന്റെ നാവ് ഇടയ്ക്കിടെ പുറത്തേക്കിട്ട് മീനൂട്ടിയെ നോക്കി.

രണ്ട്

മീനൂട്ടിയുടെ അമ്മ പുറത്തേക്കു വന്നതും ജാനുവമ്മ പുള്ളോർക്കുടവുമായി കാലും നീട്ടി തറയിലിറങ്ങിയിരുന്നു. പുള്ളോർക്കുടം എടുത്ത് അരുമയോടെ തന്റെ തുടയിൽ കയറ്റി വച്ചു.

മുറുക്കിച്ചുവപ്പിച്ച മോണകാട്ടി ചിരിച്ചു. "ജാനുവമ്മ ചായ കുടിച്ചോ?" അവർ ഇല്ലെന്ന് തലയാട്ടി. മീനൂട്ടീടമ്മ അവർക്ക് ചായയും ദോശയും ചട്ണിയും നല്കി. അവർ ഭക്ഷണം കഴിച്ച് കൈ കഴുകി. സോപ്പ് അപ്പുറത്തുണ്ട്. അതെടുത്ത് കൈ കഴുകി ക്കോളാനും പറയുന്നുണ്ടായിരുന്നു. മീനൂട്ടി അവരെ കാണുക യായിരുന്നു. "ജാനുവമ്മ എന്താ മാസ്കിടാത്തേ?" മീനുട്ടീടമ്മ അവർക്ക് തലേന്ന് അവളുടെ അച്ഛൻ കൊണ്ടുവന്നതിൽനിന്നും പുതിയ രണ്ട് മാസ്കെടുത്തു കൊടുത്തു.

അവർക്ക് മാസ്ക് ധരിക്കുന്നത് പ്രയാസമായി തോന്നി. എങ്കിലും അരയിൽ തിരുകി വച്ച മാസ്കെടുത്ത് അവർ തന്റെ മുഖത്തണിഞ്ഞു.

മീനൂട്ടി മെല്ലെ അവളുടെ അമ്മയുടെ വസ്ത്രത്തുമ്പ് പിടിച്ച് ഒളിഞ്ഞുനോക്കി. കൂട്ടുകാരി അയ്ഷു ഒട്ടും അപരിചിതത്വമി ല്ലാതെ ജാനുവമ്മയുടെ മുന്നിൽ വന്നിരുന്നു.

അവർ മുണ്ടിന്റെ അറ്റംകൊണ്ട് കൈ തുടച്ച് കൈയിലുള്ള പുള്ളോർക്കുടം തഴുകി വാത്സല്യത്തോടെ കുട്ടികളെ നോക്കി.

"ഇപ്പം പറ്റ മോശാ കാര്യങ്ങള്. അന്നത്തിനു മുട്ടില്ല. സർക്കാർ തര്ണ്ട്. പെൻഷനുംണ്ട്. ന്നാലും ദെണ്ണും ദീനും വന്നാൽ ദിവസം മുന്നോട്ട് കൊണ്ടോവാൻ വല്യ പ്രയാസാ കുട്ട്യേ. തലമുറയായിട്ട് പകർന്ന് കിട്ടീതല്ലേ. ഒഴിവാക്കാൻ തോന്നണില്ല. ന്റ കാലം വരെ അങ്ങനെ ഇറങ്ങി നടക്കാന്ന് നിരീച്ചു. പരിചയള്ള വീട്ടിലൊക്കെ ഒന്ന് കേറി ഇറങ്ങാം. അത്രന്നെ.. കാലാന്തരത്തിൽ ക്ഷയിച്ച് പോണ കലയല്ലേ ഇതൊക്കെ."

അവർ മീനൂട്ടിയേയും അയിഷുവിനേയും നോക്കി ചിരിച്ചു. മീനൂട്ടി അമ്മയുടെ വസ്ത്രത്തിനു പുറകിൽനിന്ന് ഒളികണ്ണിട്ടു നോക്കി... "മക്കളിവടെ ഇരുന്നാട്ടെ. ജാനുവമ്മ മോളെ നാവൂറ് പാടട്ടെ."

മീനൂട്ടി അല്പം അകലെയായി അയിഷുവിനോട് ചേർന്നിരുന്നു. അവർ മീനൂട്ടിയുടെ കവിളിനുനേരെ കൈപ്പത്തി മലർത്തി കൈരണ്ടും മടക്കി തന്റെ മുഖത്തോടു ചേർത്തുപിടിച്ചു.. വിരലുകൾ പൊട്ടുന്ന കട കട ശബ്ദം കേട്ട് അയ്ഷു മീനൂട്ടിയെ നോക്കി ചിരിച്ചു.

ജാനുവമ്മ തൊണ്ട ശരിയാക്കി തന്റെ കുടത്തിൽ താളമിട്ട് പാടാൻ തുടങ്ങി. അയ്ഷുവും മീനുട്ടിയും ആകാംക്ഷയോടെ നോക്കിയിരുന്നു. അവർ കണ്ണുകളടച്ച് ധ്യാനത്തിലെന്നപോലെ ഇരുന്ന് പാടിത്തുടങ്ങി.

"ശ്രീ മഹാദേവൻ തന്റെ
ശ്രീ പുള്ളോർ കുടംകൊണ്ട്
ഓമന മോളുടെ നാവൂറ് പാടിക്കൊണ്ടേൻ....
ശ്രീ മഹാദേവൻ തന്റെ
ശ്രീ പുടംകൊണ്ട് ഞാൻ
മകം നക്ഷത്രം തീണ്ട് പിറന്ന
മീനൂട്ടീന്റെ നാവൂറ് പാടുന്നേൻ.
പെറ്റൊരു നാള് തൊട്ട്
ആറുമാസത്തിങ്കൽ

ഇട്ടൊരു പേരാണ് മീനൂട്ടിന്ന്
അമ്മയ്ക്കുയിരാണ്, അച്ഛന്റെ പൊന്നാണ്
മുത്തശ്ശി വീട്ടുകാർക്ക്
അരുമക്കിടാവാണ്.
നാവൂറ് പാടും നേരം നാഗങ്ങളും
ദേവകുലങ്ങളും ഉണരുണർ.
ശ്രീ മഹാദേവൻ തന്റെ ......
....

അവരങ്ങനെ മീനൂട്ടിയെ നോക്കി ഉള്ളറിഞ്ഞ് പാടി.

കുഞ്ഞിന് നല്ല നാക്കു പറ്റീട്ടുണ്ട്. കോട്ടുവായിട്ട് കണ്ണീന്ന് വെള്ളം വരണത് കണ്ടില്ലേ. അവർ മുണ്ടിൻ തലപ്പുകൊണ്ട് കണ്ണു തുടച്ച് തന്റെ തുടയിൽനിന്നും പുള്ളോർക്കുടം തറയിലിറക്കി വച്ചു. അയിഷു കണ്ണെടുക്കാതെ അവരെ നോക്കിയിരിക്കുക യാണ്. "അയിഷൂന് നാവൂറ് പാടണോ" മീനൂട്ടീടമ്മ ചോദിച്ചു. അവൾ കൊഞ്ചിച്ചിരിച്ചു. "ന്നാ ജാനുവമ്മ ന്റെ അയിഷൂനും നാവൂറ് പാടിക്കോളൂ." മീനൂട്ടീടമ്മ പറഞ്ഞു.

ജാനുവമ്മ കുടമെടുത്ത് തുടയിൽ വച്ച് സ്നേഹത്തോടെ അയ്ഷൂനെ നോക്കി പാടി.

'ശ്രീ മഹാദേവൻ തന്റെ.......
............................'

അവരുടെ കണ്ണുകൾ നിറഞ്ഞൊഴുകി. "കുഞ്ഞു മക്കൾക്ക് നല്ല പ്രാക്കുണ്ട്. കുസൃതികളാ രണ്ടാളും ല്ലേ." ജാനുവമ്മ അവരെ നോക്കി പുഞ്ചിരിച്ചു. "മഹാദേവൻ കുട്ട്യോളെ കാക്കട്ടെ." കൈയിലുള്ള കുടം തൊട്ട് നെറുകയിൽ വച്ച് അവർ മീനൂ ട്ടീടമ്മയെ നോക്കി.

"ഊണ് കഴിഞ്ഞ് പോയാ മതിയോ ജാനുവമ്മയ്ക്ക്?"

"ഇല്ല മോളേ.. ഉച്ചയ്ക്ക് മുമ്പേ നാലു വീട് കയറട്ടെ. വെയി ലായാ പിന്നെ വയ്യ." ജാനുവമ്മ എഴുന്നേല്ക്കാനൊരുങ്ങി. തറ യിൽ നിന്നെഴുന്നേല്ക്കാൻ പ്രയാസമുണ്ട്. മീനൂട്ടിയും അയി ഷുവും അവരുടെ കുടത്തിൽ ചെന്ന് താങ്ങി.

മീനൂട്ടിടമ്മ അവർക്ക് കാശ് കൊടുത്തു. അവർ വീണ്ടും

പറഞ്ഞു. “ദൈവം അനുഗ്രഹിക്കട്ടെ.” അവർ പടിയിറങ്ങുന്നത് നോക്കി കുട്ടികൾ മുറ്റത്തുതന്നെ നിന്നു.

“കുഞ്ഞിക്കാട്ടിലെ കുരുവികൾക്കും, മണിയനും, ശംഭൂനു മൊക്കെ വേണ്ടി നാവൂറ് പാടായിരുന്നു ല്ലേ അമ്മേ...അവർ ഞങ്ങളേക്കാൾ കുസൃതികളല്ലേ...”

“എത്ര നാവൂറ് പറ്റിക്കാണും. വേണ്ട അവര് കോട്ടുവായിട്ട് കണ്ണു നിറഞ്ഞൊഴുകൂല്ലേ.” അയിഷു ചിരിച്ചുകൊണ്ട് പറഞ്ഞു. അപ്പുവിനെ കൊതിപ്പിക്കാൻ വലിയ കാര്യം കിട്ടിയ സന്തോഷ ത്തിൽ രണ്ടുപേരും തുള്ളിച്ചാടി അകത്തു കയറി.

മൂന്ന്

മീനൂട്ടിയും അയിഷുവും കിടക്കയിൽ മലർന്നുകിടന്നു. നിറയെ ടെഡ്ഡിബിയറുകളുടെ ചിത്രങ്ങളുള്ള കിടക്ക വിരിപ്പിൽ അവർ കിടന്നുരുണ്ടു.

മീനൂട്ടി അവൾ വരച്ച ചിത്രങ്ങൾ ഓരോന്നായി അയിഷുവിനെ കാണിച്ചു. ചിത്രങ്ങൾ കുഞ്ഞു കഥകളായി പൂമ്പാറ്റകളെപ്പോലെ കിടപ്പുമുറിയിൽ പാറി നടന്നു.

ഓരോ ചിത്രങ്ങളുടെയും കഥ പറയുമ്പോൾ *മണിച്ചിത്രത്താഴി*ലെ ശോഭനയെപ്പോലെ അവളുടെ മുഖം വികാരംകൊണ്ട് ചുവന്നു തുടിച്ചു..

പ്രകൃതിയെ അപ്പാടെ കടലാസിലൊതുക്കിയതിന്റെ ആവേശമായിരുന്നു അവൾക്ക്. അമ്മക്കാക്ക കാക്കക്കുഞ്ഞിന് ഭക്ഷണം നല്കുമ്പോൾ എന്തൊരു ശ്രദ്ധയാണ്. കാക്കക്കുഞ്ഞിന്റെ വായ ചുവന്നിരിക്കുന്നു. അയിഷൂന്റെ കുഞ്ഞുവാവയുടെ വായും ചുവന്നിട്ടാ. “അകലെ മാവിൻ കൊമ്പത്ത് നോക്കിയിരിക്കുന്നത് അച്ഛൻ കാക്കയാ. എന്തിനാ അച്ഛൻ കാക്ക നോക്കിയിരിക്കണേന്ന് അയിഷൂനറിയോ?” അറിയാമായിരുന്നിട്ടും മീനൂട്ടി പറയുന്നത് കേൾക്കാൻ അവൾ ഇല്ലെന്ന് തലയാട്ടി. “അമ്മക്കാക്ക കാക്കക്കുഞ്ഞിന് ഭക്ഷണം കൊടുക്കുമ്പോൾ ശത്രുക്കൾ വരുന്നുണ്ടോന്ന് നോക്കാനാ അച്ഛൻ കാക്ക മരക്കൊമ്പിൽ കയറിയിരിക്കുന്നത്.”

ഇത് കേട്ടപ്പോൾ അയിഷൂന് ശരിക്കും സങ്കടം വന്നു. "ന്റ ഉപ്പ ദുബായീലായോണ്ട് ഞാനും ഉമ്മേം ഒറ്റയ്ക്കല്ലേ." "അതിന് നിന്റെ വല്യുമ്മയും വല്യുപ്പയുമില്ലേ കൂടെ."

"അവര് നിനക്ക് ഒത്തിരി കഥയും, പാട്ടുമെല്ലാം പറഞ്ഞു തരില്ലേ?"

മീനൂട്ടി അയിഷുവിന്റെ നെറ്റിയിൽ തന്റെ നെറ്റി ചേർത്തിടിച്ചു. രണ്ടുപേരും കൈകൾ കോർത്ത് പിടിച്ച് മുറ്റത്തേക്കോടി. മുറ്റത്തവർ വട്ടംചുറ്റി കളിച്ചു.

"അയിഷൂന്റെ വല്യുമ്മയും, വല്യുപ്പയും നിനക്ക് കഥ പറഞ്ഞ് തരാറ്ണ്ടോ?"

"ണ്ടോന്നോ.....? പ്പുപ്പാന്റെ കുട്ടിക്കാലത്തെ കഥ കേട്ട് ഞാൻ ചിരിച്ച് ചാകും."

"ഇന്നാള് ഉപ്പുപ്പനിക്കൊരു കഥ പറഞ്ഞ് തന്ന്. ഒരു രാജാവിന്റെ കഥ. ആ രാജാവിന് ഭാര്യേനോട് പെരുത്ത് മൊഹബത്ത്. ഭാര്യ മരിച്ച സങ്കടം സഹിക്കാനാവാതെ ഭാര്യയുടെ ഓർമ്മയ്ക്കായി അദ്ദേഹം ഒരു സ്മാരകം ണ്ടാക്കി ത്രെ. അതിന്റെ പേരെന്താന്നറിയോ മീനൂട്ടിക്ക്?" മീനൂട്ടി അറിയില്ലെന്ന് തലയാട്ടി.

"ഞാനൊരു ക്ലൂ തരട്ടെ. മീനൂട്ടീടെ ഷോക്കേസില് ലൈറ്റിട്ടു വച്ചിട്ടുണ്ടത്."

രണ്ടുപേരും ഷോക്കേസിനടുത്തേക്കോടി. ഷോക്കേസ് തുറന്ന് ഒന്നും എടുക്കരുതെന്ന് അമ്മ പറഞ്ഞിട്ടുള്ളതാ. ചില്ലു ഗ്ലാസിനു മുകളിലൂടെ അവരുടെ വിരലുകൾ പാഞ്ഞു നടന്നു. "ഇത് താജ് മഹലല്ലേ."

"ആണല്ലോ. ഇതാണ് ആ രാജാവ് ണ്ടാക്കിയ സ്മാരകം."

"ഇത് ഞങ്ങൾ ഡൽഹീല് ടൂർ പോയപ്പോ അച്ഛൻ വാങ്ങീതാ. ഇനി എന്നാണാവോ ഒന്നിച്ചൊരു യാത്ര പോകാൻ കഴിയുക."

"ഈ നശിച്ച കൊറോണയെ നമുക്ക് കൊല്ലണം. ജാനുവമ്മയെക്കൊണ്ട് തുടികൊട്ടി പാട്ട് പാടിച്ച് പ്രാകി പ്രാകി കൊല്ലണം."

മീനൂട്ടിക്ക് സന്തോഷമായി. "ഇനി അപ്പു മുത്തശ്ശീടെ കാര്യം പറയുമ്പോ നിക്കും കുറേണ്ടല്ലോ പറയാൻ."

അയിഷൂനെ ഉമ്മുമ്മ വിളിക്കുന്നുണ്ട്. കുഞ്ഞിക്കാട്ടിലെ വാകമരക്കൊമ്പിലപ്പോൾ രണ്ടു മഞ്ഞക്കിളികൾ പറന്നിരുന്നു.

"മഞ്ഞക്കിളിയെ കണ്ടാലോ
മധുരം തിന്നാം മീനൂട്ടി"

പാട്ടു പാടിക്കൊണ്ട് അയിഷു വീട്ടിലേക്കോടി.

നാല്

കുഞ്ഞിക്കാട്ടിൽ ഉത്സവം തുടങ്ങിയതിൽപ്പിന്നെ മീനൂട്ടിക്ക് രാവിലെ ഉണരാൻ ഒരു മടിയുമില്ല. എന്നാലിപ്പോൾ ഓൺ ലൈൻ ക്ലാസുള്ള ദിവസങ്ങളിൽ എഴുന്നേല്ക്കാൻ വല്ലാത്ത മടിയാണ്.

അവൾ ബ്രഷെടുത്ത് പേസ്റ്റു പുരട്ടി ഉമ്മറത്തിണ്ണയിൽ ഉറക്കം തൂങ്ങിയിരുപ്പു തുടങ്ങി. "മീനൂട്ടി ഇന്ന് ക്ലാസുള്ളതല്ലേ?" അമ്മയുടെ അടുക്കളയിൽനിന്നുള്ള ചോദ്യം കേട്ടതേ അവൾ ഞെട്ടി എഴുന്നേറ്റു. അച്ഛൻ പത്രവായനയിൽ ലയിച്ചുപോയ മട്ടുണ്ട്. ഇനിപ്പം കളിക്കാൻ വിളിച്ചാലും വരില്ല.

അവൾ ചെരുപ്പെടുക്കാനായി മെല്ലെ കാർപോർച്ചിലേക്ക് പോയി. അവളുടെ ചെരിപ്പിനടിയിൽ നിറയെ തലയിൽക്കെട്ടുള്ള കറുത്ത ഉറുമ്പുകൾ. ചെരുപ്പെടുത്തതേ അവയെല്ലാം അവളുടെ പാദങ്ങളിൽ വരിഞ്ഞു കയറി.

"അയ്യോ അമ്മേ.." അവൾ ഒറ്റച്ചാട്ടത്തിന് ഉമ്മറത്തിണ്ണയിലെത്തി. അപ്പോഴതാ അവളുടെ കാലുകളെ ഇക്കിളിപ്പെടുത്തിക്കൊണ്ട് കുറേ ചുവന്ന ഉറുമ്പുകൾ. അവളുടെ ബ്രഷിനു മുകളിലൂടെ കയറ്റിയും ഇറക്കിയും അവയെ നോക്കിയിരുന്നു കുറേ നേരം.

അടുക്കള ജനാലയ്ക്കൽ ചുവരിനോട് ചേർന്ന് വേറെയും കുഞ്ഞുറുമ്പുകൾ. അവയെ തൊട്ടപ്പോഴേക്കും "മീനൂട്ടി ഉറുമ്പു കടിക്കും" എന്ന് അമ്മ പറയാൻ തുടങ്ങി..

കുഞ്ഞിക്കാട്ടിലെ മാവിൽ നിറയെ പുളിയുറുമ്പുകൾ. മുറ്റത്തെ തെങ്ങിൻ തടിയിലെല്ലാം ചിതലുറുമ്പുകൾ. ഹോ! എന്തെല്ലാം തരം ഉറുമ്പുകളാണ്.

എത്രയിനം ഉറുമ്പുകളുണ്ടാവോ ഭൂമിയിൽ? ചിലത് മനുഷ്യരെ വല്ലാതെ വേദനിപ്പിക്കുന്നു. ചിലത് ആരെയും ഉപദ്രവിക്കുന്നുമില്ല. വരി തെറ്റാതെയുള്ള അവയുടെ യാത്ര കണ്ടപ്പോൾ സ്കൂൾ അസംബ്ലി കഴിഞ്ഞ് ക്ലാസിലേക്ക് പോകുന്ന രംഗമാണ് മീനൂട്ടിക്ക് ഓർമ്മ വന്നത്.

സ്കൂളുണ്ടായിരുന്നെങ്കിൽ ഈ സംശയത്തിനെല്ലാം മോളി ടീച്ചർ മറുപടി പറഞ്ഞുതരുമായിരുന്നു. ഞങ്ങളെ ഉറുമ്പുകൂട്ടത്തിൽ വരെ കൊണ്ടുപോയി കാണിച്ച് വിശദമാക്കുമായിരുന്നു. മോളി ടീച്ചർക്കറിയാത്തതായിട്ടൊന്നുമില്ല. സംശയം ചോദിക്കുന്നവരെ ടീച്ചർക്കെന്തിഷ്ടമാണെന്നോ.

മീനുക്കുട്ടിക്ക് ഏറ്റവും ഇഷ്ടം പരിസരപഠനക്ലാസായിരുന്നു. ക്ലാസുണ്ടായിരുന്നെങ്കിൽ കുഞ്ഞു കാട്ടിലെ കാഴ്ചകളെല്ലാം ടീച്ചറോടു പറയായിരുന്നു. സന്തോഷംകൊണ്ട് ടീച്ചറുടെ വലിയ കണ്ണുകൾ ഒന്നുകൂടെ ഉരുണ്ട് ഭൂഗോളം പോലാവുമായിരുന്നു.

ടി വിയിലെ ക്ലാസിലെ ടീച്ചറേയും മീനുക്കുട്ടിക്ക് ഇഷ്ടമാണ്. കുഞ്ഞു മക്കളേന്നുള്ള വിളി എന്തു രസാ. നാലും ടീച്ചറ് പറയുമ്പം സംശയം വന്നാ ചോദിക്കാൻ പറ്റൂലാല്ലോ.. ഇവിടുത്തെ കാഴ്ചകളൊന്നും പറഞ്ഞുകൊടുക്കാനും കഴിയില്ല. മീനുക്കുട്ടിക്ക് സങ്കടം വന്നു.

ഇപ്പോ അയിഷു അവളുടെ ഉമ്മുമ്മാനെ കെട്ടിപ്പിടിച്ചിരിക്ക്യാവും. അപ്പു മുത്തശ്ശിയുടെ കഥ കേൾക്കായിരിക്കും. മീനൂട്ടി വേഗം പല്ല് ബ്രഷ് ചെയ്ത് മുഖം കഴുകി

അച്ഛന്റെ അടുത്തുപോയി ചിണുങ്ങി. പത്രം ടീപ്പോയിലേക്കിട്ട് മടിയിൽ കയറിയിരുന്നു.

സംശയങ്ങൾ ഓരോന്നായി ചോദിക്കാൻ തുടങ്ങി. “അച്ഛൻ ഉറുമ്പുകളെക്കുറിച്ചൊന്നും പഠിച്ചിട്ടില്ല മക്കളെ. മക്കള് പോയി അമ്മയോട് ചോദിക്കൂ.” “അല്ലെങ്കിലും ഈ അച്ഛനെപ്പോഴും ഇങ്ങനെയാ.” അവൾ പരാതിപ്പെട്ട് ഇറങ്ങിപ്പോയി. “ഞാനും ഉറുമ്പായി വന്ന് അച്ഛന്റെ കാലുകൾ കടിച്ച് നോവിക്കും, നോക്കിക്കോ...”

അവൾ ടാബെടുത്ത് ടീച്ചറുടെ മെസ്സേജുകൾ പരിശോധിച്ചു.

അഞ്ച്

ഇങ്ങനെയൊരു കാലത്തെക്കുറിച്ച് കേട്ടിട്ടില്ലെന്നാണ് അപ്പുവിന്റെ മുത്തശ്ശി പറഞ്ഞതത്രെ. മുത്തശ്ശിയുടെ അമ്മ സമാനമായൊരു കാലത്തെക്കുറിച്ച് പറയുമായിരുന്നു.

'വസൂരി' എന്ന പകർച്ച ദീനം വന്ന് ധാരാളം ആളുകള് മരിച്ചിട്ടുണ്ടത്രെ. പിന്നീടാണ് വസൂരിക്ക് കുത്തിവയ്പൊക്കെ തുടങ്ങീത്. അന്നത് ദൈവകോപം കൊണ്ടുള്ള പകർച്ച ദീനാന്ന് നാട്ടിൽ പരക്കെ പറച്ചില്.

ഈ അപ്പൂന് എല്ലാ കാര്യങ്ങളും അറിയാം. മീനൂട്ടീം, അയ്ഷൂം അപ്പൂനെ അത്ഭുതത്തോടെ നോക്കി. അപ്പുവിന് ആഗ്രഹിച്ചതുപോലെ അവരുടെ ഇടയിൽ നായക പരിവേഷവും കിട്ടി.

കുഞ്ഞിക്കാട്ടിലെ മാവിൽ നിറയെ മാങ്ങയുണ്ട്. "അപ്പൂന് മാങ്ങ വീഴ്ത്താനറിയോ?" അപ്പു അല്പം കൂടി ഉയർന്നു. "പിന്നെന്താ. എത്ര മാങ്ങ വേണം പറഞ്ഞോളൂ." അവൻ രജനികാന്തിന്റെ സ്റ്റൈലിൽ മുന്നിൽ നടന്നു. "എന്റെ മുത്തച്ഛൻ എത്ര ഉയരമുള്ള മരത്തിലും കയറുമായിരുന്നെന്ന് മുത്തശ്ശി പറഞ്ഞു കേട്ടിട്ടുണ്ട്."

അപ്പുവിനു പുറകെ മീനൂട്ടിയും അയിഷുവും നടന്നു.

പുളിയുറുമ്പുകൂട്ടങ്ങൾ അവരെ വന്നു പൊതിഞ്ഞു. "അയ്യോ അപ്പൂ ഞങ്ങളെ രക്ഷിക്കൂ." രണ്ടുപേരും കരച്ചിലിന്റെ

വക്കത്തെത്തി.

അപ്പു അവരെ കളിയാക്കി.

“അയ്യേ...... പുളിയുറുമ്പുകയറിയതിനിങ്ങനെ കരഞ്ഞാ പാമ്പിനെ കണ്ടാ എന്ത് ചെയ്യും?”

അപ്പു ഒരു പച്ചിലയെടുത്ത് അവരുടെ ദേഹത്തെ പുളിയുറുമ്പുകളെ തട്ടിക്കളഞ്ഞു.

മാവിന്റെ കൊമ്പ് നിലത്ത് മുട്ടുന്നതായിരുന്നു. അതുകൊണ്ട് തന്നെ കയറാൻ ആർക്കും പ്രയാസമുണ്ടായില്ല. അപ്പു കുരുമുളകു വള്ളിയിൽനിന്നും ഒരു പുളിയുറുമ്പിന്റെ കൂടെടുത്തു.

പ്രത്യേക ആകൃതിയിൽ ഇലകൾ ചേർത്തുണ്ടാക്കിയ കൂട്.

“ഇതെന്താണെന്ന് പറയാമോ?”

അയിഷുവും മീനൂട്ടിയും മുഖത്തോടു മുഖംനോക്കി. തലയാട്ടി. ഒരു മജീഷ്യനെപ്പോലെ അപ്പു കൂടു പൊക്കി വിശദീകരിച്ചു.

“പുളിയുറുമ്പുകൾ ദേഹത്തു കയറിയാൽ നമുക്ക് നോവും. എന്നു കരുതി അതിനെ വെറുക്കാൻ പാടില്ല. നിങ്ങൾ കേട്ടിട്ടില്ലേ വൈക്കം മുഹമ്മദ് ബഷീർ പറഞ്ഞത് ഈ ഭൂമി സകല ജീവജാലങ്ങൾക്കും അവകാശപ്പെട്ടതാണെന്ന്. എനിക്കിവയെക്കുറിച്ച് കൂടുതലൊന്നുമറിയില്ല. എന്നാലും ഇവരു സ്നേഹള്ളോരാന്ന് മുത്തശ്ശി പറഞ്ഞു. കൂട്ടംകൂട്ടമായല്ലേ എപ്പോഴും സഞ്ചരിക്കുക. ഇവ കൂടുണ്ടാക്കുന്നതിന് ഒരു പ്രത്യേകതയുണ്ടെന്ന് അച്ഛൻ പറഞ്ഞു.

“വലിയ ഇലകൾക്കിടയിലാണത്രെ ഇവരുടെ കൂട്. അരികുവശം മടക്കി ഇലകൾക്കരികിൽ കുറച്ചു കാവൽഭടന്മാരെ നിർത്തി ബാക്കിയുള്ളവർ അവരിൽനിന്ന് പുറത്തു വരുന്ന സ്രവം ഉപയോഗിച്ച് ഇലകളൊട്ടിച്ചാണ് കൂടുണ്ടാക്കുക. ഇതു കണ്ടില്ലേ കുറേ കഷ്ടപ്പെട്ടു കാണും പാവങ്ങൾ ഈ കൂടുണ്ടാക്കാൻ.”

“കഴിഞ്ഞ ദിവസം അച്ഛൻ ഇതുപോലൊരു കൂട് വീട്ടിൽ കൊണ്ടുവന്നു. എന്തിനാണെന്നോ? അച്ഛന് കുറേ പയർ ചെടികളുണ്ട്. അവയെല്ലാം പുഴുക്കൾ തിന്നാൻ തുടങ്ങിയപ്പോ ആരോ പറഞ്ഞു കൊടുത്തതാത്രെ പുളിയുറുമ്പിനെ കൊണ്ടുവന്നിട്ടാൽ അവ പുഴുക്കളെയെല്ലാം നശിപ്പിക്കുമെന്ന്. പുഴുക്കളും കീടങ്ങ

ളുമാണ് ഇവരുടെ ഭക്ഷണം."

"മീനൂട്ടി എന്താ ഒന്നും പറയാത്തേ" അപ്പു ചോദിച്ചു.

"എന്റച്ഛൻ ഇങ്ങനൊന്നും പറഞ്ഞു തരില്ല. വീട്ടിൽ വന്നാൽ ലാപ്ടോപ്പ്, പത്രം വേറൊരു പണിയുമില്ല."

മീനൂട്ടി സങ്കടപ്പെട്ടു. "അച്ഛന് 'വർക്ക് ഹോം' ആണ്. എപ്പോഴും ജോലി."

"വർക്ക് ഹോം എന്നാലെന്താ?"

അയിഷുവിന് സംശയമായി. അതിനും അപ്പുവിന് മറുപടി യുണ്ട്. "എടീ മണ്ടി ഇപ്പോ കൊറോണക്കാലമല്ലേ? ഓഫീസിൽ പോയി ജോലി ചെയ്യാൻ പറ്റില്ലല്ലോ."

"എന്റെ കൂടെ കളിക്കാനൊന്നും വരില്ല. അതാ ഞാൻ പറഞ്ഞെ അച്ഛമ്മേടടുത്ത് പോകാന്ന്. അതിനും സമ്മതിക്കൂല. അച്ഛമ്മയ്ക്ക് കുറെ കുറേ കഥകളറിയാം. എന്നെ കെട്ടിപ്പിടിച്ച് ഉമ്മ വയ്ക്കും. പാടത്തും, പറമ്പിലും ഒക്കെ കൊണ്ടോവും."

"മീനൂട്ടി വിഷമിക്കേണ്ട. നാളെ നമുക്ക് പാടത്തും പറമ്പി ലുമൊക്കെ പോവാം." അപ്പു അവളെ ആശ്വസിപ്പിച്ചു.

അവർ പതിയെ മരക്കൊമ്പിൽ നിന്നിറങ്ങി. തേക്കുമരത്തിന്റെ ഉണങ്ങിയ ഇലകളിൽ ചവിട്ടുമ്പോൾ കേട്ട ചിൽ ചിൽ ശബ്ദ ത്തിന്റെ സംഗീതാത്മകതയിൽ അവർ മെല്ലെ നടന്നു. തേക്കിന്റെ ഇലകൾക്കടിയിൽനിന്നും പര പരാ ശബ്ദത്തിൽ എന്തോ ഇഴ ഞ്ഞുപോയി.

അയിഷുവാണ് കണ്ടത്. മീനൂട്ടിക്ക് പാമ്പിനെ പേടിയാണ്. കുഞ്ഞിക്കാട്ടിൽ കയറിയതറിഞ്ഞാൽത്തന്നെ അമ്മ വഴക്കു പറയും.

"അയിഷു, അപ്പൂ നമുക്ക് പോകാം." മീനൂട്ടി ധൃതികൂട്ടി.

"ഈ മീനൂട്ടിന്റെയൊരു പേടി"

അപ്പു അവളെ കളിയാക്കി.

"നീ പോടാ കൂട്ടുസാ...."

"നീ പോടി ഡാകിനി....."

മൂന്നുപേരും വീടുകൾ ലക്ഷ്യമാക്കി ഓടി.

ആറ്

സ്കൂളിന്റെയും കാസ് മുറിയുടെയും നഷ്ടബോധത്തിൽ നിന്നും മീനുക്കുട്ടി രക്ഷപ്പെടുന്നത് അപ്പുവിന്റേയും അയിഷുവിന്റേയും കൂടെയുള്ള ഈ വക ചുറ്റിത്തിരിച്ചിലുകളിലൂടെയാണ്.

മോളിടീച്ചറുടെ മലയാളം, പരിസര പഠന ക്ലാസുകൾ അവൾക്ക് നല്കിയിരുന്ന സന്തോഷം അച്ഛമ്മയോട് മാത്രമേ മീനുക്കുട്ടി പറയാറുള്ളൂ. ഒരുദിവസം അവളുടെ ക്ലാസിലെ നിവേദ് തവളയെ അടിച്ച് വയറു വീർത്ത് തവള ചാകാറായതും, തവളയെക്കൊന്നാൽ മൂക്കിൽ കുരു വന്ന് ശ്വാസംമുട്ടി ചത്തു പോവുമെന്ന് നിയ പറഞ്ഞതു കേട്ട് അവൻ കരഞ്ഞതും തവളയെ കൊല്ലുന്നത് കാണാൻ കൂട്ടംകൂടി നിന്നവരെയെല്ലാം ടീച്ചർ വഴക്കു പറഞ്ഞതും, വഴക്കു പറഞ്ഞതിന്റെ സങ്കടം തീർക്കാനായി ടീച്ചർ ഗന്ധർവ്വന്റെ കഥ പറഞ്ഞു തന്നതുമെല്ലാം കേട്ട് അച്ഛമ്മ കണ്ണു വിടർത്തിയിരുന്നതും ഓർത്ത് മീനൂട്ടിക്ക് സങ്കടം വന്നു.

"ഇനി എന്നാണാവോ എല്ലാരും ഒന്നിച്ചിരുന്ന് ഉച്ചയൂണ് കഴിക്കുന്നത്...?"

മീനൂട്ടി ഓടിച്ചെന്ന് അമ്മയുടെ താടിയിൽ പിടിച്ച് കുലുക്കി ചോദിച്ചു. "അമ്മേ അമ്മേ എന്നാ ഈ കൊറോണയൊന്നവസാ

നിക്ക്യ...?”

അമ്മ ചെയ്തുപൂർത്തിയാകാത്ത ബോട്ട്ൽ ആർട്ട് നിർത്തി വച്ച് മീനുക്കുട്ടിയോടായി പറഞ്ഞു.

“പതുക്കെ പതുക്കെ ഈ കാലവും അവസാനിക്കും. വൈകാതെ എല്ലാവരും സ്കൂളീപ്പോവുകയും, ഒന്നിച്ചിരിക്കുകയും ഒന്നിച്ചുണ്ണുകയുമെല്ലാം ചെയ്യും.”

മീനൂട്ടിക്കാശ്വാസമായി.

കൊറോണക്കാലം അമ്മയുടെ ഉള്ളിലുള്ള നല്ലൊരു കലാകാരിയെ പുറത്തെടുത്ത സന്തോഷത്തിൽ അമ്മയുടെ കരവിരുതുകളിൽ വിരലോടിച്ച് അവൾ അമ്മയുടെ കവിളത്ത് ഉമ്മ വച്ചു.

കഴിഞ്ഞ ദിവസം ടി വിയിൽ വന്ന പരിസര പഠന ക്ലാസ് മീനൂട്ടിക്കേറെ ഇഷ്ടപ്പെട്ടു. ‘നിങ്ങൾ നിങ്ങളുടെ ചുറ്റുപാടുകൾ നിരീക്ഷിച്ച് ഓരോ ദിവസവും കുറിപ്പുകൾ തയ്യാറാക്കുക.’

ടീച്ചർ നല്കിയ പ്രവർത്തനം ചെയ്യാൻ അവൾക്കേറെ ഉത്സാഹമായിരുന്നു.

കുഞ്ഞിക്കാടും, മണിയനും, ശംഭുവും കുറിപ്പുകൾ തയ്യാറാക്കാനുള്ള വിഭവങ്ങളുമായി നിറഞ്ഞിരിപ്പുണ്ട്.

രണ്ടു വർഗ്ഗത്തിൽ പെട്ടോരാണെങ്കിലും മണിയനും ശംഭുവും നല്ല സ്നേഹത്തിലാണ്. ഇന്ന് രാവിലെ എഴുന്നേറ്റതും രണ്ടുപേരും മുഖത്തോടു മുഖം നോക്കുന്നതു കണ്ടിട്ടില്ല. ചില ദിവസങ്ങളിൽ അച്ഛമ്മയും അച്ഛച്ഛനും ഇങ്ങനെയാണ്. ചിലപ്പോൾ വലിയ ചക്കരയായിരിക്കും. ഇന്ന് പിണക്കം ശംഭുവും മണിയനും തമ്മിലാണ്. രണ്ടാളും മുറ്റത്തിന്റെ രണ്ടറ്റത്തു പോയിരുപ്പാണ്.

മീനൂട്ടി മണിയന്റെ പുറത്തു തടവി “എന്തു പറ്റി ന്റെ ചക്കരയ്ക്ക്” എന്നു ചോദിച്ചതും അവൻ വാലും ദേഹവും അവളുടെ കാലുകളിൽ ഉരുമ്മി സങ്കടത്തോടെ മ്യാവൂ, മ്യാവൂ കരഞ്ഞു. അവൾ മണിയനെ പൂമുഖത്തിരുത്തി. ബിസ്കറ്റും പാലും കൊടുത്തു.

ഇതൊന്നും ശംഭുവിനത്ര രസിക്കുന്നില്ലെന്ന് അവന്റെ മുഖം

നോക്കിയാലറിയാം. മീനൂട്ടിയെ കണ്ടതും അവൻ രണ്ടു കൈകളും നിലത്തോടു ചേർത്ത് അവയ്ക്കിടയിൽ തല താഴ്ത്തി വച്ച് കിടന്നു. മീനൂട്ടിയുടെ കൊഞ്ചലിലൊന്നും അവൻ വീണില്ല. അവൾക്ക് സങ്കടമായി. "ഇനി ഞാൻ നിന്നോടു മിണ്ടൂല. ഞാനൊന്നും ചെയ്തില്ലല്ലോ, എന്നിട്ടും ന്നോട് പിണങ്ങീല്ലേ?"

അവൾ ശംഭുവിനും ബിസ്കറ്റും പാലും നല്കി. അവൻ വാലാട്ടിക്കൊണ്ട് രണ്ടു കാലിൽനിന്ന് കൈകൾ കൊണ്ടവളെ പിടിച്ചു നിന്നു. "അപ്പോ ഇത്രേള്ളു. പിണക്കം.... എന്നാ രണ്ടു പേരും കൈ കൊടുത്ത് ഫ്രണ്ട്സ് ആയേ."

ശംഭുവിന്റെ കൈകൾ മണിയനു നല്കിക്കൊണ്ട് അവൾ അവരുടെ പിണക്കം തീർത്തു.

രണ്ടുപേരും പൂമുഖത്തറയിൽ ചേർന്നിരുന്നു. രണ്ടു മൈനകൾ മുറ്റത്തെ മന്ദാരക്കൊമ്പിൽ പാറി വന്നിരുന്നു. "സന്തോഷായില്ലേ രണ്ടു പേർക്കും?" അപ്പോൾ മുറ്റത്തെ പത്തു മണി പൂക്കളെല്ലാം പല നിറത്തിൽ പൂത്തു വിടർന്നിരുന്നു.

ഏഴ്

ചുറ്റുമുള്ള കാഴ്ചകളൊന്നും സ്കൂളിൽ നിന്നു ലഭിക്കുന്ന സന്തോഷത്തിന്റെ അടുത്തെത്തില്ല. എന്തെല്ലാം കളികൾ, എത്ര യെത്ര കൂട്ടുകാർ.... കളിച്ചും, പഠിച്ചും വൈകുന്നേരമാവുന്നതു തന്നെ അറിയില്ല. മീനൂട്ടിയുടെ ഓർമ്മകൾ പലപ്പോഴും സ്കൂൾ ഗേറ്റ് കടന്ന് ക്ലാസ് മുറികളിൽ കറങ്ങി സ്കൂൾ മുറ്റത്ത് മന്ദാരപ്പൂ ക്കളുടെ ഇതൾ കൊഴിയുംപോലെ നിലത്തു വീണു തുടങ്ങും. എത്ര കൊഴിഞ്ഞുവീണാലും വീണ്ടും വീണ്ടും പുഷ് പിക്കുന്ന വസന്തകാലത്തവൾ ഒരു പൂമ്പാറ്റയായി മാറും.

അപ്പുവും അയിഷുവും ഉള്ളതാണേക ആശ്വാസം. സ്കൂളും കുട്ടിയും കളിക്കുമ്പോൾ സമയം പോകുന്നതറിയില്ല. അസം ബ്ലിക്കു നില്ക്കുകയും, പ്രാർത്ഥന ചൊല്ലുകയും, ടീച്ചറും കുട്ടിയുമാവുകയുമൊക്കെ ചെയ്ത് അവർ കൊറോണയെ കുത്തി മലർത്തും.

മീനൂട്ടിക്കിഷ്ടം മോളി ടീച്ചറാകാനാ. “ഞങ്ങള് കുട്ട്യോളെ പോലെ വീട്ടിലിരിക്കണെ സങ്കടം ടീച്ചർമാർക്കും കാണില്ലേ.” അതറിയാൻ അവൾ മോളിടീച്ചറെ നേരിട്ടു വിളിച്ചു.

മീനൂട്ടിയുടെ ശബ്ദം കേട്ടതേ ടീച്ചർക്കെന്തിഷ്ടായെന്നോ? കൊച്ചുകുട്ടിയെപ്പോലെ ടീച്ചറും ഒരുപാട് സംസാരിച്ചു. അടുത്ത്

വന്ന് പാഠങ്ങൾ പറഞ്ഞു തരികയും, സംശയം തീർക്കുകയും ചെയ്യുന്ന പോലെ ഓൺലൈൻ ക്ലാസിൽ സാധിക്കുന്നില്ലല്ലോ എന്ന സങ്കടത്തിലാണ് ടീച്ചർ. ഗൂഗിൾ മീറ്റിൽ കുട്ടികളെല്ലാരും പലയിടത്തായല്ലെ ഇരിക്കുന്നത്. ക്ലാസ് മുറിയിൽ ടീച്ചറുടെ മുന്നിൽ നിരന്നിരിക്കുന്ന, ടീച്ചറിനു ചുറ്റും വട്ടംകൂടുന്ന കുട്ടി കളില്ലല്ലോ.

ടീച്ചർ പറയുന്നതു കേട്ടപ്പോൾ ഞങ്ങളേക്കാൾ സങ്കടം ടീച്ച റിനു തന്നെയാണെന്ന് ഉറപ്പായി. "നിങ്ങളുടെ കൊച്ചുവർ ത്തമാനം കേട്ടില്ലെങ്കിൽ ടീച്ചർക്ക് ഭ്രാന്ത് പിടിക്കും" എന്നു കൂടി കേട്ടപ്പോൾ മീനൂട്ടിക്കും വിഷമമായി. "ടീച്ചറെ കാണാൻ അമ്മയോടൊപ്പം ഞാനും സ്കൂളിൽ വന്നേക്കട്ടെ."

വർക്ക് ഷീറ്റ് വാങ്ങാൻ രക്ഷിതാക്കൾ മാത്രം വന്നാ മതിയെന്നാ ഹെഡ്മാസ്റ്റർ പറഞ്ഞത്.

കൊച്ചു കുട്ടികൾ നന്നായി ശ്രദ്ധിക്കണം. വീട്ടീന്നു പുറ ത്തിറങ്ങാൻ പാടില്ല. മാസ്കും സാനിറ്റൈസറും ഉപയോ ഗിക്കണം, സോപ്പുപയോഗിച്ച് ഇടയ്ക്കിടെ കൈ കഴുകണം. എന്നൊക്കെയാണ് അമ്മയെപ്പോലെ ടീച്ചറും പറഞ്ഞത്. 'ഒട്ടും വിഷമിക്കേണ്ട നിങ്ങളുടെ വീടുകളിൽ വന്ന് ടീച്ചർ എല്ലാവ രേയും കാണുന്നുണ്ടെ'ന്ന് പറഞ്ഞ് ഫോൺ കട്ട് ചെയ്യുമ്പോൾ എന്തൊരു സന്തോഷമായിരുന്നു.

ടീച്ചറുടെ ബട്ടർഫ്ളൈ സാരിയിൽ എത്ര തവണ പൂമ്പാറ്റ കളെ പിടിക്കാൻ നോക്കീതാ. സന്തോഷംകൊണ്ട് അവൾ മുറി ക്കകത്ത് പൂമ്പാറ്റയെപ്പോലെ പാറി നടന്നു. ചുമരിൽ പതിച്ചു വച്ചിരുന്ന പൂമ്പാറ്റകളെല്ലാം അവൾക്കൊപ്പം നൃത്തംചെയ്തു.

എട്ട്

രാവിലെ അച്ഛനും അമ്മയും കാര്യമായ ഗൂഢാലോചനയിലാണ്. ശംഭുവും മണിയനുമാണെങ്കിൽ പതിവിലേറെ സ്നേഹ പ്രകടനത്തിലാണ്. മീനൂട്ടിയെ മാത്രം ആർക്കും വേണ്ട.

അവൾ മണിയന്റെ അടുത്ത് പോയിരുന്നു. ശംഭു അവന്റെ രണ്ടു കൈകളും ചേർത്ത് മണിയനെ പിടിച്ചുവച്ചിരിക്കുന്നു. മീനൂട്ടിയെ കാണുന്നുണ്ടെങ്കിലും അവർക്ക് യാതൊരു മൈന്റുമില്ല. മീനൂട്ടി മണിയനെ പതുക്കെ കൈയിലെടുത്തു. ശംഭുവിനതു തീരെ ഇഷ്ടപ്പെട്ടില്ല.അവൻ പതുക്കെ എഴുന്നേറ്റ് അങ്ങ് ദൂരേ പോയി കിടന്നു. "നിന്നോട് ഞാനും മിണ്ടില്ല." മീനൂട്ടി ശംഭുവിന്റെ അടുത്തുപോയി കവിൾ വീർപ്പിച്ച് കൈ കൊണ്ടിടിച്ച് ശബ്ദമുണ്ടാക്കി.

ശംഭു സ്നേഹത്തോടെ മീനൂട്ടിയോട് ചേർന്നിരുന്നു..

"ഞാൻ അമ്മയുടെ അടുത്തു പോയി ഇന്നത്തെ പ്രധാന വാർത്തകൾ അറിഞ്ഞിട്ടു വരാം." അതുവരെ രണ്ടുപേരും കൂടി സ്നേഹിച്ചിരിക്ക് ട്ടൊ."

മീനൂട്ടി അടുക്കളയിലെത്തി. അമ്മ ദോശ ചുടുകയാണ്. മീനൂട്ടിക്ക് അച്ഛമ്മയുടെ ദോശയും ഉള്ളിച്ചമ്മന്തിയും, ചട്ണിപ്പൊടിയുമാണ് ഇഷ്ടം.

"ഹായ് അച്ഛമ്മയുടെ ദോശയുടെ അതേ മണം." അവൾ മണം പിടിച്ചു.

"മീനൂട്ടിക്ക് സന്തോഷമുള്ള ഒരു കാര്യമാണ് ഇനി പറയാൻ പോണത്." അമ്മ മീനൂട്ടിയോടായി പറഞ്ഞു. അവൾ കാതു കൂർപ്പിച്ചു. "മീനൂട്ടിയുടെ കുറേ നാളത്തെ ആഗ്രഹം സാധിച്ചു തരാൻ അച്ഛൻ തീരുമാനിച്ചു. നമ്മളിന്ന് അച്ഛമ്മയേയും അച്ഛച്ഛനേയും കാണാൻ പോകുന്നു."

അവൾ തുള്ളിച്ചാടി അമ്മയെ കെട്ടിപ്പിടിച്ചു. "സത്യം .... എങ്കിൽ ഞാൻ വേഗം റെഡിയാവട്ടെ."

മീനൂട്ടി കുളിമുറിയിലേക്ക് പോയി. കുളിച്ചൊരുങ്ങി ഭക്ഷണം കഴിച്ചു. കുറേ നാളുകൾക്കുശേഷം എല്ലാവരും ഒരുമിച്ച് പുറത്തു പോവുകയാണ്. അവൾക്ക് സന്തോഷമായി. ഈ കൊറോണയാണ് എല്ലാറ്റിനും കാരണം. 'മീനൂട്ടി പഠിച്ച് ശാസ്ത്രജ്ഞയാവട്ടെ. എല്ലാ വൈറസിനേയും കൊന്നൊടുക്കാനുള്ള വിദ്യ കണ്ടുപിടിക്കണ്ണ്ട്.'

ബീച്ചിൽ പോയി തിരമാലയെണ്ണി എണ്ണി അച്ഛനെന്നെ എത്ര എണ്ണം പഠിപ്പിച്ചിരുന്നതാ. ഞങ്ങളെത്ര ഐസ്ക്രീം കഴിച്ചതാ എല്ലാം കൊറോണ കുളമാക്കി. ഞങ്ങൾ കുട്ട്യോൾടെ പ്രാക്ക് തട്ടി കൊറോണ കരിഞ്ഞു പോട്ടെ.

മീനൂട്ടി ഏറെ സന്തോഷത്തിലാണ്. അവൾ കാറിന്റെ പുറകിലെ സീറ്റിലാണിരുന്നത്. പുറത്തെ കാഴ്ച കണ്ടു കൊണ്ടൊരു യാത്ര എത്ര നാളായി ഇങ്ങനെ..... അയ്ഷൂനോടും, അപ്പൂനോടും പറയാതെ പോന്നതിൽ മീനൂട്ടിക്ക് വിഷമം തോന്നി. സാരല്യ. അവർക്കൊരു സസ്പെൻസു കൊടുക്കാം.

മുമ്പത്തെ കാഴ്ചകൾപോലെ പുറം കാഴ്ചകളുടെ നിറം മങ്ങീട്ടുണ്ട്. ചുരുക്കം കടകൾ മാത്രമേ തുറന്നിട്ടുള്ളൂ. എല്ലാവരുടേയും മുഖത്ത് മാസ്കുണ്ട്. മീനൂട്ടിയുടെ മുഖത്തും മാസ്കുണ്ട്. നിറയെ ചുവന്ന പനിനീർ പൂക്കളുള്ള മാസ്ക്.

"അച്ഛാ നമുക്ക് പി ടി എസിൽ നിന്ന് ഹലുവയും ജിലേബിയും വാങ്ങണം. എനിക്കും അയിഷൂനും അപ്പൂനും ചോക്ലേറ്റും വേണം." അവൾ വാശി പിടിച്ചു. "നമുക്ക് തിരിച്ചു വരുമ്പോൾ കയറാം. അച്ഛമ്മയും, അച്ഛച്ഛനും പ്രായമായവരാണ്,

നമ്മൾ കടയിലൊക്കെ കയറി അവരുടെയടുത്ത് പോകുന്നത് ശരിയല്ല. കൂടുതൽ ശ്രദ്ധ നമ്മുടെ ഭാഗത്തുനിന്നുണ്ടാവണം." "അതിന് സാനിറ്റൈസർ ഇല്ലേ അച്ഛാ...." മീനൂട്ടി ചോദിച്ചു. "അതുകൊണ്ടൊന്നും കാര്യമില്ല. പുറത്തു പോയി വന്നാൽ നമ്മൾ സോപ്പ് ഉപയോഗിച്ച് മാസ്ക് കഴുകിയിടണം, ഡ്രസ് മാറണം, പിന്നെ കുളിക്കണം. ഇപ്പോൾ നേരെ വീട്ടിലെത്തുന്നതാണ് നല്ലത്. മീനൂട്ടിക്ക് അച്ഛമ്മയേയും അച്ഛച്ഛനേയും ഇനിയും ഒരുപാടു കാലം കാണണ്ടേ..."

കാര്യത്തിന്റെ ഗൗരവം അവൾ ഉൾക്കൊണ്ടിട്ടെന്നപോലെ

"തിരിച്ചു വരുമ്പോൾ രാമനാട്ടുകര നിർത്തിയേ പറ്റൂ. എനിക്കെന്തായാലും സ്വീറ്റ്സ് വാങ്ങണം" എന്ന് മീനൂട്ടി കൊഞ്ചി.

"തീർച്ചയായും വാങ്ങാം." അച്ഛൻ അവളെ ആശ്വസിപ്പിച്ചു. ഫറോക്ക് പാലത്തിലൂടെ വണ്ടി കടന്നു പോയപ്പോൾ അല്പ നേരം നിർത്തി. പുഴ കാണാൻ അവൾക്ക് കൊതിയായി. റോഡരികിലെല്ലാം മാസ്ക് ധരിച്ച് പൊലീസുകാർ. അമ്മയുടെ കൈയിൽനിന്നും ഫോൺ വാങ്ങി അവൾ പുഴയുടെ വീഡിയോ എടുത്തു. അപ്പൂനേം, അയ്ഷൂനേം കാണിക്കണം..

അച്ഛൻ നല്ല വേഗത്തിലാണ് വണ്ടിയോടിക്കുന്നത്. അച്ഛമ്മേടടുത്തെത്താൻ അവൾക്ക് കൊതിയായി.

അച്ഛമ്മ അവർക്കിഷ്ടമുള്ള അടപ്പായസവും, ഉണ്ണിയപ്പവുമൊക്കെയുണ്ടാക്കി കാത്തിരിക്കയാവും. വിനു മാമയുടെ കുഞ്ഞുവാവയേയും കളിപ്പിക്കാം.

"അച്ഛാ നമ്മൾ തിരിച്ചു വരുമ്പോൾ അച്ഛമ്മയേയും അച്ഛച്ഛനേയും കൂടെ കൂട്ടിയാലോ?" മീനൂട്ടി ചോദിച്ചു. "ആഗ്രഹമില്ലാഞ്ഞിട്ടല്ലല്ലോ. അവര് വരാഞ്ഞിട്ടല്ലേ?"

ഇത്തവണ രണ്ടുപേരേയും കൂട്ടി പോകണമെന്നവൾ വാശി പിടിക്കുന്നുണ്ടായിരുന്നു.

വണ്ടി മെയിൻ റോഡിൽനിന്നും വീതി കുറഞ്ഞ റോഡിലേക്കിറങ്ങി. ആരേയും പുറത്തു കാണാനില്ല. വല്ലാത്ത നിശ്ശബ്ദത. അച്ഛമ്മയുടെ വീടിനടുത്തും മീനൂട്ടിക്ക് കുറേ കൂട്ടുകാരുണ്ട്. അവരെയെല്ലാം കാണാനെങ്കിലും പറ്റുമോ ആവോ.....

ഒമ്പത്

എല്ലാവരും ഒത്തുചേർന്നപ്പോൾ കുഞ്ഞിക്കാട്ടിലെ ഉത്സവം പോലെ മനോഹരമായി തോന്നി മീനൂട്ടിക്ക്. കളിയും ചിരിയും കുഞ്ഞാവയുടെ കുസൃതിയും ആകെ ബഹളമയം. കുറേക്കാലത്തിനു ശേഷമാണ് ഇങ്ങനെയൊരു ഒത്തുകൂടൽ. നൂറു നൂറു കഥകൾക്കും കാര്യങ്ങൾക്കുമിടയിൽനിന്ന് മീനൂട്ടി അച്ഛച്ഛനെ സ്വതന്ത്രനാക്കി.

രണ്ടുപേരും മുറ്റത്ത് കൂടെ കൈകൾ കോർത്തുപിടിച്ച് നടന്നു. മുറ്റം നിറയെ ചെടികൾ. സിജു ആന്റിയും അമ്മയെപ്പോലെ കൊറോണക്കാലം വെറുതെ കളഞ്ഞില്ല. മീനൂട്ടി അത്ഭുതത്തോടെ പൂന്തോട്ടത്തിലേക്ക് കണ്ണോടിച്ചു. “ഓൺലൈൻ ക്ലാസുകൾ കഴിഞ്ഞാൽ സിജു ഈ ചെടിയുടെ പുറകെയാണ്.” അച്ഛച്ഛൻ പറഞ്ഞു.

തുമ്പിയും പൂമ്പാറ്റയും അണ്ണാനും കുരുവിയും മത്സരിച്ചു വിലസുകയാണ് തോട്ടത്തിൽ. വീട്ടിലും ഇതുപോലൊരു തോട്ടമുണ്ടായിരുന്നെങ്കിലെന്ന് മീനൂട്ടി ഓർത്തു.

പടവലവും കയ്പയും വെള്ളരിയും വെണ്ടയും തക്കാളിയുമടങ്ങുന്ന നല്ലൊരു അടുക്കളത്തോട്ടം അച്ഛച്ഛനുമുണ്ട്.

പച്ചക്കറിക്കൃഷി ചെയ്യുന്നതിന്റെ നല്ലൊരു ക്ലാസ് തന്നെ അച്ഛച്ഛൻ അവൾക്ക് പറഞ്ഞുകൊടുത്തു..

'വെറുതെയല്ല അപ്പുവിന് ഇത്ര അറിവ്. ഇതുപോലെ അവന്റെ മുത്തശ്ശിയും അവന് ഒരുപാട് കാര്യങ്ങൾ പറഞ്ഞു കൊടുക്കുന്നുണ്ടാവും.' മീനൂട്ടി ഓർത്തു.

"മീനൂട്ടിക്ക് അച്ഛച്ഛൻ മറ്റൊരു കാഴ്ച കാണിക്കാം." കേട്ടപ്പോൾ അവൾക്കാകാംക്ഷയായി. അവൾ അച്ഛച്ഛനു പുറകേ നടന്നു. "വേഗം കാണിച്ചു തരൂ അച്ഛച്ഛാ..." അവൾ ധൃതികൂട്ടി.

അതൊരു പഴയ വീടായിരുന്നു. പൂമുഖത്തിന്റെ രണ്ടു വശത്തും ചെടി കവുങ്ങുകൾ വച്ചിട്ടുണ്ട്. ഇവയ്ക്കു മറവിലായി ചിരട്ട കൊണ്ടുണ്ടാക്കിയ ഒരു കൂട് തൂങ്ങികിടക്കുന്നു. "ഹായ് പക്ഷിക്കൂട്. പക്ഷികൾ ചിരട്ട കൊണ്ടും കൂടുണ്ടാക്കുമോ അച്ഛച്ഛാ...?" മീനൂട്ടിക്ക് സംശയമായി.

"അയ്യോ അത് അച്ഛച്ഛനുണ്ടാക്കി തൂക്കിയ കൂടാ."

"മീനൂട്ടി അതിനകത്തേക്കൊന്നു സൂക്ഷിച്ച് നോക്കിയേ." അച്ഛച്ഛൻ ചിരിച്ചു കൊണ്ടുപറഞ്ഞു.

അത്ഭുതത്തോടെ അവൾ കൂടിനകത്തേക്ക് സൂക്ഷിച്ചു നോക്കി. അതാ ഒരു കിളിക്കുഞ്ഞ് പതുക്കെ തല വെളിയിലേക്കിട്ടു നോക്കുന്നു. തൊട്ടടുത്ത മരക്കൊമ്പിൽനിന്ന് തലയിൽ കെട്ടുള്ള കാപ്പിയും ചുവപ്പും നിറമുള്ള പക്ഷി പ്രത്യേക ശബ്ദമുണ്ടാക്കിയതും കൂട്ടിലെ കിളി പാറി പുറത്തുപോയതും ഒരുമിച്ചായിരുന്നു.

അതാ... അതു പാറിപ്പോയല്ലോ. അവൾ തലയിൽ കൈവച്ചു.

"മോളീ പക്ഷിയെ മുമ്പു കണ്ടിട്ടുണ്ടോ?"

"ഊഹും" അവൾ തലയാട്ടി.

"ഇതാണ് ബുൾബുൾ"

"സ്കൂളിൽ ബുൾബുൾ എന്നൊരു ക്ലബ്ബുണ്ട്. ഞാനതിൽ അംഗമാണ്." മീനൂട്ടി പറഞ്ഞു.

"എന്നാൽ ഇതൊരു പക്ഷിയാണ്. ഏഷ്യയിൽ കണ്ടുവരുന്ന ഒരിനം."

"അവർ വലിയ സൂത്രശാലികളാണ്. കൂട്ടിനകത്ത് മോള് കണ്ട പക്ഷി അതിൽ മുട്ടയിട്ടിട്ടുണ്ട്. അവ വർഷത്തിൽ രണ്ടു തവണയേ മുട്ടയിടൂ. ആൺപക്ഷിയും പെൺപക്ഷിയും മാറി മാറി കൂടിനു കാവലുണ്ടാവും. കൂടിനടുത്ത് ശത്രുക്കളാരെങ്കിലും

വന്നാൽ ആൺപക്ഷി മുന്നറിയിപ്പുകൊടുക്കും. അതിനായിട്ടാണവൻ മരക്കൊമ്പിൽ കാവലിരിക്കുന്നത്. ഇപ്പോ മോളേ കണ്ടെന്ന അറിയിപ്പു കൊടുത്ത കരച്ചിലാ നമ്മളു കേട്ടത്. എന്നെ അവർക്ക് നല്ല പരിചയമാ. ഇടയ്ക്ക് പൂമുഖത്തിണ്ണയിൽവരെ പാറി വന്നിരിക്കും. ഇണങ്ങിക്കഴിഞ്ഞാൽ അവരങ്ങനെ പാറിയും പറന്നുമിരിക്കും. ഇവിടെ ഈ കമുകിന്റെ മറവുള്ളതുകൊണ്ടാ ആ കൂട്ടിൽ നിക്കണേ.... ഇല്ലേൽ എന്നോ പോയേനെ." അച്ഛച്ഛനിൽനിന്നും പുതിയൊരറിവു കിട്ടിയതിൽ അവൾക്ക് ഏറെ സന്തോഷമായി.

"ഇവിടെ എന്തിനാ അച്ഛച്ഛാ പാത്രത്തിൽ വെള്ളം നിറച്ചിരിക്കുന്നത്" വീണ്ടും സംശയങ്ങൾ. പലയിടങ്ങളിലായി വലുതും ചെറുതുമായ പാത്രങ്ങളിൽ വെള്ളം.

കഴിഞ്ഞ വർഷം സ്കൂൾ മുറ്റത്ത് മാവിലും, ഉങ്ങു മരത്തിലുമെല്ലാം പാത്രത്തിൽ വെള്ളം നിറച്ച് കെട്ടിത്തൂക്കിയതവൾക്കോർമ്മ വന്നു. താനും, നിയയും, അയ്ഷുവുമെല്ലാം ബെഞ്ചിന്മേൽ കയറി പാത്രത്തിൽ വെള്ളമൊഴിക്കുമായിരുന്നു. അല്പനേരത്തേക്ക് അവളുടെ മനസ്സ് സ്കൂൾ മുറ്റത്തേക്ക് തിരിഞ്ഞോടി.

"അതെന്തിനാണെന്ന് ഉച്ചയൂണു കഴിഞ്ഞാ മോൾക്കു കാണാം." അച്ഛച്ഛൻ അവളുടെ മുടിയിൽ തടവിക്കൊണ്ടു പറഞ്ഞു.

"ഊണു കഴിക്കാറായി. അച്ഛച്ഛനേയും മോളേയും കാണുന്നില്ലല്ലോ. വന്നാട്ടേ രണ്ടുപേരും." അച്ഛമ്മയുടെ വിളി വന്നു.

രണ്ടുപേരും കാലും മുഖവും കഴുകി അകത്തു കയറി.

അച്ഛമ്മയാണ് എല്ലാവർക്കും ഭക്ഷണം വിളമ്പിയത്. ഭക്ഷണം നല്കിയശേഷം ദൂരെ നിന്ന് നോക്കി നില്ക്കുന്ന അച്ഛമ്മയോട് "കണ്ടു നിന്നാ വയറ് നിറയില്ല.... വന്നിരിക്ക്..." എന്ന് അച്ഛച്ഛൻ നിർബ്ബന്ധിക്കുന്നുണ്ടായിരുന്നു.

അച്ഛച്ഛനോടൊപ്പം മീനൂട്ടിയും വേഗം ഭക്ഷണം കഴിച്ചെഴുന്നേറ്റു. എല്ലാവരും കളിയും ചിരിയുമായാണ് ഊണുകഴിക്കുന്നത്. കുഞ്ഞാവ നല്ല ഉറക്കത്തിലാണ്. അവൻ ഉറങ്ങുമ്പോൾ കരയുകയും, ചിരിക്കുകയുമൊക്കെ ചെയ്യുന്നു. അവൾ കുറേ സമയം

ആ കാഴ്ച കണ്ടു. "എന്താ അച്ഛച്ഛാ കുഞ്ഞാവ ഒറ്റയ്ക്ക് കളിക്കണേ?"

"അവര് കുഞ്ഞുങ്ങളല്ലേ. കളിയൊക്കെ ദൈവത്തോടാ.."

"ദൈവത്തോട് കളിക്കേ! അതിന് ദൈവത്തെ കാണാൻ പറ്റ്വോ?"

മീനൂട്ടിക്ക് സംശയമായി. "ഇത്പ്പം മോളിട്ടീച്ചറോട് ചോദിച്ചാ പറഞ്ഞുതന്നേനേ. ടീച്ചർക്കും ഒരു കുഞ്ഞാവയുണ്ട്."

ഉച്ച കഴിഞ്ഞുള്ള കാഴ്ച കാണാനായി അവൾ അച്ഛച്ഛനൊപ്പം പൂഖത്തു പോയിരുന്നു. ആ കാഴ്ച ഒന്ന് കാണേണ്ടതു തന്നെയായിരുന്നു. വേനലിന്റെ കത്തുന്ന ചൂടിൽ വെള്ളം നിറച്ചു വച്ചിരിക്കുന്ന ബൗളുകൾ അവർക്കെത്ര ആശ്വാസമാണെന്നോ? കാക്കയും മൈനയും ചാണകപ്പക്ഷിയും കുരുവിയുമെല്ലാം ഗംഭീര നീരാട്ടിലാണ്. ഒന്നോ രണ്ടോ തവണ വെള്ളത്തിൽ കിടന്നു പിടയുകയും വീണ്ടും പാത്രത്തിന്റെ വക്കിൽക്കയറിനിന്ന് ചിറകു കുടയുകയും വീണ്ടും വെള്ളത്തിലിറങ്ങുകയും ചെയ്യുന്നു. എപ്പോഴും ഒരു കണ്ണ് ശത്രുക്കളാരെങ്കിലും പതിഞ്ഞിരുന്നുണ്ടോ എന്ന ശ്രദ്ധയിലായിരിക്കും. എല്ലാവരും പോയിക്കഴിഞ്ഞാൽ നമ്മുടെ ബുൾബുൾ അവസാനം കുളിക്കാനിറങ്ങും. മീനൂട്ടിയെ കണ്ട പരിഭ്രമം അവരുടെ നോട്ടത്തിൽ കാണാം. മീനൂട്ടി അമ്മയുടെ ഫോണിൽ കുറേ ദൃശ്യങ്ങൾ പകർത്തി. അപ്പൂനേം അയ്ഷൂനേം കൊതിപ്പിക്കണല്ലോ.

നാലു മണിയായപ്പോഴേക്കും അച്ഛൻ പോകാൻ ധൃതികൂട്ടി. ഒരാഴ്ച അച്ഛമ്മേടെ കൂടെ നില്ക്കാൻ അവൾക്ക് കൊതിതോന്നി. ഇല്ലെങ്കിൽ രണ്ടുപേരും കൂടെ പോന്നാലും മതിയായിരുന്നു. അവൾ ആവശ്യം ഉന്നയിച്ചെങ്കിലും കാര്യം നടന്നില്ല.

പ്രായമായവരെ ആവശ്യമില്ലാതെ പുറത്തിറക്കരുതെന്ന് അച്ഛൻ.

"കഴിയുന്നത്ര ജാഗ്രതയോടെ നിന്നാലേ നമുക്കീ മഹാമാരിയിൽനിന്ന് രക്ഷനേടാനാവൂ എന്ന് അച്ഛച്ഛൻ. മുഖ്യമന്ത്രിയുടെ സംഭാഷണത്തിലെ വരികൾ അപ്പാടെ മനഃപാഠമാക്കിയിരിക്കുന്നു കള്ളൻ. അവൾക്ക് ചിരിയും, സങ്കടവും വന്നു. രണ്ടാഗ്രഹവും നടക്കാതെ തിരിച്ചു പോരേണ്ടി വന്നത് മീനൂട്ടിയെ ഏറെ വിഷ

മിപ്പിച്ചു. ന്നാലും അച്ഛച്ഛനും അച്ഛമ്മേം സുഖായിട്ടിരിക്കണമെന്ന വൾ ആശിച്ചു.

സങ്കടത്തോടെ യാത്ര പറഞ്ഞിറങ്ങുമ്പോൾ മീനൂട്ടിക്ക് ദീർഘനാളത്തേക്കുള്ള അനുഭവങ്ങൾ കിട്ടിയതിന്റെ സന്തോഷമുണ്ടായിരുന്നു.

മീനൂട്ടി രാമനാട്ടുകര പി ടി എസിൽ കയറുന്ന കാര്യം അച്ഛനെ ഓർമ്മിപ്പിച്ചു. ഗ്രാമത്തിന്റെ പച്ചപ്പിൽനിന്നും വണ്ടി പട്ടണത്തിന്റെ വർണ്ണപ്പകിട്ടിൽ ലയിച്ചു. ആളുകൾ കുറവാണെങ്കിലും കടകൾ പലതും തുറന്നിട്ടുണ്ട്. വീണ്ടും പട്ടണക്കാഴ്ചയിലേക്ക് അവളും അലിഞ്ഞുചേർന്നു. ഉറക്കം അവളുടെ കണ്ണുകളെ അറിയാതെ തഴുകി തലോടി.

പത്ത്

മീനൂട്ടി നേരത്തെ എഴുന്നേറ്റു. യാത്രാക്ഷീണം കാരണം ഉറങ്ങിപ്പോയതറിഞ്ഞില്ല. രാത്രിയിൽ പെയ്ത നേർത്ത മഴയുടെ കുളിര് മനസ്സിനും കുഞ്ഞിക്കാട്ടിലും ഒരുപോലെയുണ്ട്. പക്ഷികൾ രാവിലെത്തന്നെ അവരുടെ കലാപരിപാടികൾ ആരംഭിച്ചിരിക്കുന്നു. മരംകൊത്തി തെങ്ങിന്റെ ചെറിയ സുഷിരങ്ങളെല്ലാം കൊത്തിമിനുക്കുന്നുണ്ട്. കാക്കകൾ അമ്മയുടെ അടുക്കള വേസ്റ്റിനായി കലപില കൂട്ടുന്നു.

അണ്ണാനും കുരുവികളും കൊമ്പുകളിൽനിന്ന് കൊമ്പുകളിലേക്ക് സഞ്ചരിക്കുന്നു.

ചെമ്പോത്ത് എന്തോ ലക്ഷ്യംവച്ച് മരത്തിനു മുകളിലും, ഇലകൾക്കിടയിലും അന്വേഷണത്തിലാണ്. ചെമ്പോത്തിനെ കാണുന്നത് നല്ലതാണെന്ന് അച്ഛമ്മ പറയുന്നതു കേട്ടിട്ടുണ്ട്. സഹോദരിയുടെ അസുഖം മാറാനായി ചെമ്പോത്തിന്റെ കൂടു തേടിപ്പോയ സഹോദരന്റെ കഥ ടീച്ചർ പറഞ്ഞത് മീനൂട്ടി ഓർത്തു. ചെമ്പോത്തിന്റെ കൂട് ഒരുപാട് അസുഖങ്ങൾക്ക് നല്ലതാണത്രെ. ഔഷധ ഗുണമുള്ള സസ്യങ്ങളുടെ വേരും മറ്റുമൊക്കെ ഉപയോഗിച്ചാണവ കൂടുണ്ടാക്കുന്നത്. കുയിൽ സംഗീതാർദ്രമായി വസന്തത്തെ വരവേല്ക്കുന്നു.

എത്ര കണ്ടാലും മതിവരാത്ത പ്രകൃതിയുടെ സംഗീതത്തിൽ എത്രനേരം വേണമെങ്കിലും ലയിച്ചിരുന്നു പോകും. മുമ്പൊന്നും ഈ കാട്ടിലേക്ക് മാങ്ങാ പെറുക്കാനല്ലാതെ തിരിഞ്ഞു നോക്കിയിരുന്നില്ല.

കൊറോണക്കാലത്തെ ഓൺലൈൻ ക്ലാസിൽ ചുറ്റുപാടുകൾ നിരീക്ഷിച്ച് നിരീക്ഷണക്കുറിപ്പ് തയ്യാറാക്കാനായൊരു പ്രവർത്തനം ടീച്ചർ തന്നതിൽ പിന്നെയാണ് ഇങ്ങനെ ശ്രദ്ധിക്കാൻ തുടങ്ങിയത്. ആഴ്ചയിലൊരിക്കൽ എല്ലാവരും ഒരു നിരീക്ഷണക്കുറിപ്പ് അയച്ചുകൊടുക്കണമെന്ന് ടീച്ചറിന് നിർബ്ബന്ധമാണ്.

'അയ്യോ പത്തു മണിക്ക് ക്ലാസുള്ളതാണല്ലോ......'

മീനൂട്ടി വേഗം പോയി നോട്ട് പുസ്തകമെടുത്തു. എഴുതാനായി ധാരാളം വിവരണങ്ങളുണ്ട്. എഴുതിയാൽ മാത്രം പോര, അപ്പൂനേം അയ്ഷൂനേം കൊതിപ്പിക്കുകയും വേണം. പെട്ടെന്ന് എഴുത്ത് പൂർത്തിയാക്കി അവൾ ചായകുടിച്ചു. പത്തു മണിക്ക് ക്ലാസ് ഉള്ളതല്ലേ.

'സ്കൂളിലായിരുന്നെങ്കിൽ അച്ഛമ്മയുടെ വീട്ടിലെ വിശേഷങ്ങളെല്ലാം ടീച്ചറോടു പറയായിരുന്നു. ഇതിപ്പം........'

ഗൂഗിൾമീറ്റിൽ ടീച്ചർ പറയും, ചോദ്യങ്ങൾ ചോദിക്കും. ഞങ്ങൾ കുട്ടികൾ മറുപടി പറയും. അത്ര തന്നെ. 'സ്കൂളൊന്നു തുറന്നിരുന്നെങ്കിൽ' മീനൂട്ടിക്ക് കൊതിയായി. 'അടുത്ത വർഷമെങ്കിലും കുട നനച്ച് മഴ നനഞ്ഞ് സ്കൂളിൽ പോകാനായിരുന്നെങ്കിൽ...'

ക്ലാസിൽ വച്ച് മീനൂട്ടിയുടെ നിരീക്ഷണക്കുറിപ്പിനെ അഭിനന്ദിച്ചുള്ള ടീച്ചറുടെ സംസാരം അവൾക്കെന്തെന്നില്ലാത്ത സന്തോഷം നല്കി.

ക്ലാസ് കഴിഞ്ഞതും അപ്പുവും അയ്ഷൂവും എത്തിക്കഴിഞ്ഞു. അവരോട് പറയാതെ പോയതിന്റെ ചെറിയ പിണക്കമുണ്ടെങ്കിലും അതെല്ലാം അവളുടെ സ്വീറ്റ്സിന്റെ മാധുര്യത്തിലലിഞ്ഞുപോയി. അച്ഛമ്മയുടെ വീട്ടിലെ കാഴ്ചകൾ കാണാനും കേൾക്കാനും അപ്പുവിനും അയ്ഷുവിനും കൊതിയായി.

"നീയൊന്നു വേഗം പറയെടീ" അയ്ഷു ധൃതികൂട്ടി. മീനൂട്ടി

അമ്മയുടെ മൊബൈലിലെ ദൃശ്യങ്ങൾ വിവരിച്ചുകൊണ്ട് അവരെ കേൾപ്പിച്ചു. "ഇനി അടുത്തതവണ പോകുമ്പോ നിങ്ങളേം കൊണ്ടു പോകാട്ടോ.. ഇപ്പോ അനാവശ്യമായി ആരും യാത്ര ചെയ്യരുതെന്നാ അച്ഛൻ പറഞ്ഞെ. അതു കൊണ്ടാട്ടോ......"

അയ്ഷു മീനൂട്ടിയെ നോക്കിച്ചിരിച്ചു. "ഇതെത്രാമത്തെ തവണയാ ഞങ്ങളെ പറ്റിക്കണെ."

"എന്നാൽ ഞാനാരേയും പറ്റിക്കില്ല.

നാളെ നമ്മൾ മൂന്നുപേരും എന്റെ മുത്തശ്ശീടെ വീട്ടിൽ പോകുന്നു. എല്ലാരും റെഡിയാണല്ലോ..." അപ്പു വലിയ ഗമയിൽ പറഞ്ഞു.

"മുത്തശ്ശീടെ വീട് ഇവിടന്നു നോക്ക്യാ കാണണ ദൂരല്ലേള്ളൂ." മീനൂട്ടി സങ്കടപ്പെട്ടു. "ഞാൻ പറ്റിക്കില്ലെന്നല്ലേ പറഞ്ഞുള്ളൂ.

അപ്പോ നാളെ കൃത്യം പത്തുമണിക്ക് മീനൂട്ടിയുടെ വീട്ടീന്ന് സ്റ്റാർട്ടിങ് ..... ഓ... കെ ..."

"ഉച്ച ഭക്ഷണത്തിനു സമയമായി. ഞാനും പോട്ടെ."

"നാളെ കാണാം." മീനൂട്ടി അയ്ഷുപോകുന്നതും നോക്കി അല്പനേരം നിന്നു. അടുത്ത ദിവസത്തെ പുതിയ കാഴ്ചകൾ കാണാനും കേൾക്കാനുമുള്ള ആവേശത്തിൽ അവൾ ഓടിച്ചെന്ന് അമ്മയെ കെട്ടിപ്പിടിച്ചു.

പതിനൊന്ന്

വിസിറ്റിങ് റൂമിൽ അച്ഛൻ ജോലിക്കിടയിൽ ഇടയ്ക്കിടെ ചാനലുകൾ മാറ്റി മാറ്റി വാർത്ത കാണുന്നു. അമ്മ പൊതു കലാപരിപാടികളെല്ലാം നിർത്തിവച്ചിട്ടുണ്ട്. രണ്ടുപേരുടേയും മുഖത്ത് വല്ലാത്തൊരാശങ്ക.

മീനൂട്ടിയും അല്പസമയം വാർത്ത കേൾക്കാനായി ഇരുന്നു. ഭയപ്പെടുത്തുന്ന വാർത്തകൾ. ഡൽഹിയിൽ ഓക്സിജൻ ലഭിക്കാതെ എത്ര പേരാണ് മരണത്തിനു കീഴടങ്ങുന്നത്. "ഓക്സിജൻ കിട്ടാതെ എങ്ങനെയാ അച്ഛാ ആളുകള് മരിക്കുന്നത്?" അച്ഛനോട് ചോദിക്കാതിരിക്കാനായില്ല. "കോവിഡ് ശ്വാസകോശത്തെ ബാധിക്കുമ്പോൾ ന്യൂമോണിയ വരികയും ശ്വാസതടസ്സമുണ്ടാവുകയും ചെയ്യുമ്പോ അവർക്ക് കൃത്രിമമായി ഓക്സിജൻ നല്കേണ്ടി വരും. അതിനു വേണ്ടത്ര ഓക്സിജൻ ആശുപത്രിയിൽ കാണില്ല." "അപ്പോ നമ്മളും ഇങ്ങനെ മരിക്ക്യോ?" "ഏയ് ഒരിക്കലുമില്ല. എന്തെങ്കിലും കാര്യമായ അസുഖങ്ങൾ നേരത്തെയുള്ളവരാണെങ്കിൽ അവർക്കു വന്നാൽ മാത്രമേ ഭയക്കേണ്ടതുള്ളൂ. "മോള് പേടിക്കേണ്ട. നന്നായി ശ്രദ്ധിച്ചാ മതീ ട്ടോ." അച്ഛൻ അവളെ ആശ്വസിപ്പിച്ചു..

ശ്മശാനങ്ങൾക്കു മുമ്പിൽ നീണ്ട ക്യൂവിൽ ദഹിപ്പിക്കാനായി

കാത്തുകിടക്കുന്ന ശവശരീരങ്ങളുടെ ചിത്രങ്ങൾ മീനൂട്ടിയെ കൂടുതൽ സങ്കടപ്പെടുത്തി. "ഇതും നമ്മുടെ ഇന്ത്യയിലാണോ അച്ഛാ?"

അവളുടെ നെറുകയിൽ ചുംബിച്ചുകൊണ്ട് ആണെന്ന് മറുപടി പറഞ്ഞു.

വാട്സാപ്പ് മെസ്സേജുകൾ നോക്കിയതു മുതൽ അമ്മയുടെ മുഖത്ത് നല്ല വിഷമം ഉണ്ടായിരുന്നു. കാര്യമന്വേഷിച്ചപ്പോഴാണ് അറിയുന്നത് അമ്മയുടെ ഡൽഹിയിലുള്ള അകന്ന കസിൻ കൊറോണ വന്ന് ഓക്സിജൻ കിട്ടാതെ മരണപ്പെട്ടെന്ന്.

അമ്മയെ ചുറ്റിപ്പറ്റി നിന്ന മീനൂട്ടിയോട് കുറച്ച് സമയം വല്ലതും എഴുതുകയോ ടാബിൽ ഗെയിം കളിക്കുകയോ ചെയ്തോളാൻ പറഞ്ഞ് അമ്മ ശംഭുവിനും മണിയനും ഭക്ഷണം കൊടുക്കാൻ പോയി.

എഴുതാനോ, കളിക്കാനോ മീനൂട്ടിക്കും ഒരു മൂഡില്ലായിരുന്നു. എന്നാലും നിരീക്ഷണക്കുറിപ്പെഴുതാനുള്ള നോട്ടുപുസ്തകം എടുത്തു മുന്നിൽ വച്ചു. അച്ഛമ്മയുടെ വീട്ടിൽനിന്നും ലഭിച്ച ധാരാളം കാര്യങ്ങൾ എഴുതിത്തീർക്കാനുണ്ട്. വിനുമാമ നല്കിയ പുതിയ മഷിപ്പേന ഉപയോഗിച്ച് അവൾ ശ്രദ്ധയോടെ എഴുതിത്തുടങ്ങി.

പന്ത്രണ്ട്

അപ്പുവും അയ്ഷുവും നേരത്തേ എത്തി. അപ്പുവിന്റെ മുത്തശ്ശിയുടെ വീട്ടിൽ പോകുന്നതായതുകൊണ്ട് മീനൂട്ടി രാവിലെ കുളിച്ച് ഭക്ഷണം കഴിച്ച് റെഡിയായിരുന്നു. "ഇന്നിപ്പോ അവളെ ഒരു കാര്യത്തിനും നിർബ്ബന്ധിക്കേണ്ടി വന്നില്ല. എത്ര പെട്ടെന്നാണ് ഭക്ഷണംവരെ കഴിച്ചത്. എവിടെയെങ്കിലും പോകുന്നെന്നു പറഞ്ഞാ പിന്നെ എന്തൊരു ഉഷാറാണ്." മീനൂട്ടിയുടെ അമ്മ അവളെ നോക്കി പറഞ്ഞു.

"ഞങ്ങൾ ഇന്നലെ പ്ലാൻ ചെയ്തതാ ആന്റീ....." എന്ന് അപ്പു.

പിന്നീട് മീനൂട്ടിയുടെ അമ്മയുടെ ഒരുപാട് ഉപദേശങ്ങളായിരുന്നു.

മാസ്ക് മുഖത്തീന്നെടുക്കാനോ, കൈകൊണ്ട് കണ്ണും, മൂക്കും, മുഖവും വെറുതെ തൊടാനോ പാടില്ല. ഇടയ്ക്കിടെ സാനിറ്റൈസ് ചെയ്യണം. വീട്ടിലെത്തിയാൽ കൈ സോപ്പിട്ടു കഴുകണം. "അറിയാലോ എല്ലാർക്കും. അവിടെ അപ്പുവിന്റെ മുത്തശ്ശിയുള്ളതാ. അവർ പ്രായമായവരാണ്." അമ്മയുടെ നൂറ് നൂറ് ഉപദേശങ്ങൾ കേട്ട് അവർ യാത്ര പറഞ്ഞിറങ്ങി.

വീട് നോക്കിയാൽ കാണാമെങ്കിലും മെയിൻ റോഡിലൂടെ പോയാൽ അല്പം ദൂരം ചുറ്റിപ്പോകണം. വയൽ വരമ്പിലൂടെയാണെങ്കിൽ കുറച്ചു പോയാൽ മതി. മീനൂട്ടിക്കിഷ്ടം വയൽ വര

മ്പിലൂടെ പോകുന്നതാണ്. രണ്ടു ദിവസമായി പെയ്ത വേനൽമഴ പാടത്തും തോട്ടിലും കുറേശ്ശെ വെള്ളം നിറച്ചിട്ടുണ്ട്. പരൽ മീനുകളും വാൽമാക്രികളും നീന്തി പിടയുന്നതു കാണാം. അപ്പു പോക്കറ്റിൽനിന്നും ഒരു നാണയമെടുത്തു. "നമുക്ക് ടോസിട്ടു നോക്കാം." അവൻ നാണയം ഉയരത്തിലിട്ടു പിടിച്ചു. "ഹെഡാ യാൽ വയലിലൂടെ ടെയിലായാൽ റോഡിലൂടെ." മീനൂട്ടി കണ്ണടച്ചു പ്രാർത്ഥിച്ചു. അപ്പു കൈ നിവർത്തി നാണയം കാണിച്ചു. എല്ലാ വർക്കും ആകാംക്ഷയായി. "ഹായ് ഹെഡ്സ്" മീനൂട്ടിക്ക് സന്തോ ഷമായി. മൂന്നുപേരും കൈകളുയർത്തി പരസ്പരം കൈയടിച്ചു. അപ്പു തന്നെ നേതാവായി മുന്നിൽ നടന്നു.

മുത്തശ്ശി കാത്തുനില്ക്കുന്നുണ്ടായിരുന്നു. അയ്ഷുവും മീനൂട്ടിയും ആദ്യമായാണ് ആ വീട്ടിൽ പോകുന്നത്. മുമ്പേ പരി ചയമുള്ളതുപോലെയാണ് മുത്തശ്ശിയുടെ പെരുമാറ്റം. അപ്പു വിനെ കണ്ടതും അവർക്കേറെ സന്തോഷമായി.

അപ്പു മുത്തശ്ശിക്കു ജന്മദിനാശംസകൾ അറിയിച്ചപ്പോഴാണ് മീനൂട്ടിയും അയ്ഷുവും അറിയുന്നത്. മീനൂട്ടിക്ക് വിഷമം തോന്നി. രാമനാട്ടുകര പി ടി എസിൽനിന്നു വാങ്ങിയ സ്വീറ്റ്സ് ഫ്രിഡ്ജി ലുണ്ടായിരുന്നു. എടുക്കാത്തതിൽ അവൾക്കുള്ള സങ്കടം അപ്പു വിനെ അറിയിക്കുകയും ചെയ്തു. സാരമില്ലെന്ന മട്ടിൽ അവൻ മീനൂട്ടിയെ നോക്കി ചിരിച്ചു.

ചായ കുടിച്ചശേഷം മൂന്നുപേരും മുറ്റത്തിറങ്ങി. കോഴിയും പശുവും പശുക്കിടാവുമെല്ലാമുള്ള വീട് അവർക്കേറെ ഇഷ്ടപ്പെട്ടു. അവർ പശുവിന് പുല്ലു കൊടുത്തും വെള്ളം കൊടുത്തും കുറച്ചു സമയം ആലയിൽ ചെലവഴിച്ചു. മീനൂട്ടിയുടെ ഏത് സംശയ ങ്ങൾക്കും മണി മണി പോലെ അപ്പു മറുപടി നല്കി. ദിവസവും കോഴിമുട്ട കഴിക്കണമെങ്കിലും അയ്ഷുവിന്റെ വീട്ടിൽ കോഴി യില്ല. ഒരു കോഴിയെ വളർത്താനുള്ള അവളുടെ ആഗ്രഹം പറ ഞ്ഞപ്പോഴേ മുത്തശ്ശി അവൾക്കൊരു കോഴിയെ കൊടുക്കാ മെന്നായി.

ഒട്ടും അപരിചിതത്വമില്ലാതെ ഒരണ്ണാൻ കുഞ്ഞ് അപ്പുവിന്റെ കൈകളിലൂടെ കയറിക്കളിക്കുന്നു. കുറച്ചു ദിവസം മുമ്പ്

വീണുകിട്ടിയതാണത്രെ. മനുഷ്യന്റെ കൈകൾ കൊണ്ടു തൊട്ടാ പിന്നെ അമ്മയണ്ണാൻ അതിനെ കൊണ്ടുപോവില്ല.

അണ്ണാൻ കുഞ്ഞിന്റെ മുതുകിൽ തടവിക്കൊണ്ട് ഇവന്റെ മുതുകിലുള്ള ഈ വര എങ്ങനെ വന്നെന്ന് മക്കൾക്കറിയാമോ എന്ന് മുത്തശ്ശി ചോദിച്ചു. കഥ കേൾക്കാനായി മൂന്നുപേരും മുത്തശ്ശിയുടെ ചുറ്റും കൂടി. "അണ്ണാൻ കുഞ്ഞും തന്നാലായത് എന്ന ചൊല്ല് മക്കള് കേട്ടു കാണും. ഈ ചൊല്ലെങ്ങനെ വന്നെന്ന കഥയാണ് മുത്തശ്ശി പറയുന്നത്. ഇതൊരു ഐതിഹ്യകഥയാണ് ട്ടോ മക്കളെ.

പണ്ട് പണ്ട് ഭഗവാൻ ശ്രീരാമൻ വാനരസേനയുടെ സഹായത്തോടെ രാമേശ്വരത്ത് പാലം ഉണ്ടാക്കിയത്രെ. ഈ അവസരത്തിൽ തന്റെ ദേഹത്ത് മണ്ണുപുരണ്ട് മണ്ണു കൊണ്ടുപോയി അണ്ണാറക്കണ്ണനും അവരെ ആവുന്നത്ര സഹായിച്ചു. ഇതിൽ സംതൃപ്തനായ ശ്രീരാമൻ ഇവയുടെ മുതുകിൽ സ്നേഹത്തോടെ തഴുകിയ അടയാളമാണത്രെ മുതുകിലുള്ള ഈ വര. അങ്ങനെയാണത്രെ പിന്നീട് ഇങ്ങനെയൊരു ചൊല്ലുണ്ടായത്."

"എന്റെ അച്ഛമ്മേടെ വീട്ടിൽ ഇതിനെ അണ്ണാക്കൊട്ടനെന്നാ വിളിക്കുന്നേ." മീനൂട്ടി പറഞ്ഞു.

" അണ്ണാക്കൊട്ടനോ!" അയ്ഷു ചിരിച്ചു.

അണ്ണാനെക്കുറിച്ച് കൂടുതലറിയാൻ മീനൂട്ടിക്ക് ആഗ്രഹമുണ്ട്. 'ആരോട് ചോദിക്കും. വീട്ടിലെത്തീട്ട് അച്ഛനോട് തന്നെ ചോദിക്കാം.' അവൾ മനസ്സിൽ കരുതി.

ഇന്നും മഴയുണ്ടെന്നു തോന്നുന്നു. മുത്തശ്ശി കുട്ടികൾക്ക് വേഗം ഭക്ഷണം കൊടുക്കാൻ വല്യമ്മയോടു പറഞ്ഞു. എല്ലാവരും ഒരുമിച്ചിരുന്ന് ഭക്ഷണം കഴിച്ചു.

"എവിടെയും കളിച്ചു നില്ക്കാതെ മക്കള് വേഗം വീട്ടിൽ പോണം. മഴ കൊണ്ടാ പനി വരും. ഈ കാലത്ത് പനിയൊക്കെ വന്നാ ബുദ്ധിമുട്ടാ." മുത്തശ്ശി പറഞ്ഞു.

മുത്തശ്ശിയോട് യാത്ര പറഞ്ഞ് വഴിയിൽ കാണുന്ന പൂക്കളോടും പുല്ലിനോടും കിന്നാരം ചൊല്ലി മടങ്ങുമ്പോൾ ബെല്ലടി കേട്ട് വീട്ടിലേക്കോടുന്ന അതേ ആവേശത്തിലായിരുന്നു മൂന്നു പേരും.

പതിമൂന്ന്

‘ബന്ധുരക്കാഞ്ചന
കൂട്ടിലാണെങ്കിലും
ബന്ധനം ബന്ധനം
തന്നെ പാരിൽ’

രണ്ടാം ക്ലാസിൽ ടീച്ചർ ഈ വരികളുടെ ആശയം പഠിപ്പിക്കുമ്പോൾ ഇതിന്റെ ആഴം ഒരിക്കലും മനസ്സിലായിരുന്നില്ല. കൂട്ടിലടച്ച കിളിയെ വീട്ടിൽ വളർത്താൻ നല്ല രസല്ലേ. അതിനെ കളിപ്പിക്കാമല്ലോ. എന്നൊക്കെയായിരുന്നു വിചാരം.

ശരിക്കും കൂട്ടിലടച്ച കിളി അനുഭവിക്കുന്ന സ്വാതന്ത്ര്യമില്ലായ്മ ഒരു വർഷംകൊണ്ട് ഞങ്ങൾ കുട്ടികൾ അനുഭവിച്ചു കഴിഞ്ഞു.

ഇഷ്ടമുള്ള പലഹാരങ്ങൾ, കളിപ്പാട്ടങ്ങൾ, കളിക്കാൻ ടാബ് എന്തെല്ലാം സൗകര്യങ്ങൾ ഒരുക്കിത്തന്നിട്ടുണ്ടെങ്കിലും സ്കൂൾ മുറ്റത്ത് കൂട്ടുകാരോടൊത്ത് കളി ചിരിയുമായി കഴിയുന്നതിന്റെ സന്തോഷം ഒരിക്കലും വീട്ടിന്നു കിട്ടില്ല.

വിക്ടേഴ്സിലെ ക്ലാസ് കഴിഞ്ഞു. ടീച്ചറുടെ ഓൺലൈൻ ക്ലാസും അവസാനിച്ചു. ടീച്ചർ പറഞ്ഞ പ്രവർത്തനങ്ങളെല്ലാം അയച്ചുകൊടുത്തു. വർക്ക് ഷീറ്റ് പൂർത്തിയാക്കി. എവിടേക്കും ഒരു യാത്ര പോകാൻ പോലുമാകാതെ മീനൂട്ടിക്ക് ഭ്രാന്ത് പിടിക്കും.

എനിക്കു മാത്രമല്ല എല്ലാ കുട്ട്യോൾക്കും ഭ്രാന്ത് പിടിക്കും. മീനൂട്ടി താടിക്ക് കൈ കൊടുത്ത് ഇരിക്കുമ്പോൾ ശംഭുവും മണിയനും അവളെ സ്നേഹത്തോടെ മുട്ടിയുരുമ്മി.

"സ്കൂളിൽ പോകാത്ത നിങ്ങൾക്ക് ഇതൊന്നും പറഞ്ഞാ മനസ്സിലാവൂല.... കേൾക്കണ്ടാ?"

മീനൂട്ടി ദേഷ്യവും സങ്കടവും സഹിക്കവയ്യാതെ വിഷമിച്ചിരുന്നത് മണിയനും ശംഭുവിനും സഹിക്കുന്നില്ല. അവർ അവളെ പരമാവധി കളിപ്പിക്കാൻ നോക്കി.

ജൂണിലും സ്കൂൾ തുറക്കില്ലത്രെ. അപ്പോഴേക്ക് ഞങ്ങൾ കുട്ടികൾക്ക് വാക്സിൻ കിട്ടിയാ മതിയായിരുന്നു. കുറേ ദിവസമായി അയ്ഷു വന്നിട്ട്. അവളുടെ ഉപ്പ ഗൾഫീന്ന് വന്നിട്ടുണ്ട്. കോറന്റൈനിൽ ആണെന്ന് അവൾ വിളിച്ചുപറഞ്ഞു. ഇനി രണ്ടാഴ്ച കഴിഞ്ഞേ അയ്ഷു വരൂ. അവളുടെ വീട്ടിൽ പോകാനും പറ്റില്ല. അപ്പുവിന്റെ അച്ഛന്റെ ഓഫീസിൽ ആർക്കോ കോവിഡ് പോസിറ്റീവ് ആയതിനാൽ അവന്റെ അച്ഛനും കോറന്റൈനിൽ ആണത്രെ. ഇനി അപ്പുവും പുറത്തെറങ്ങില്ല.

രോഗം എത്ര പെട്ടെന്നാണ് പടർന്നുപിടിക്കുന്നത്. മീനൂട്ടിക്കും ഉള്ളിൽ ഭയം തോന്നി. അവൾ കൂട്ടുകാരിൽ പലരേയും ഫോൺ ചെയ്തു. എല്ലാവരും സുരക്ഷിതരാണ്. കൂട്ടുകാർ മീനൂട്ടിയേയും വിളിച്ചു. എല്ലാവരും ഒരുപോലെ ദുഃഖിതരാണ്. അമ്മയും അച്ഛനും ബന്ധുക്കളെയും സുഹൃത്തുക്കളെയും വിളിച്ച് വിവരമന്വേഷിക്കുകയും ചാറ്റിങ് നടത്തുകയും ചെയ്യുന്നുണ്ട്.

അച്ഛന്റെ പല സുഹൃത്തുക്കൾക്കും കോവിഡ് പോസിറ്റീവ് ആണ്. അവർക്കു വേണ്ട സഹായങ്ങളുമായി അച്ഛനും ഓടി നടക്കുന്നുണ്ട്.

ഈ കൊറോണക്കാലത്ത് അമ്മയുടെ സംഭാവന വീടിനെ മൊത്തം അലങ്കരിക്കുന്ന ഒത്തിരി കരകൗശലവസ്തുക്കളാണ്.

അമ്മ ശരിക്കും മടുത്തുകഴിഞ്ഞു. "ന്റെ മീനൂട്ടി അമ്മക്കുട്ടിക്ക് മതിയായി."

"എന്നാലിനി നമുക്ക് കളിച്ചാലോ."

"എന്തു കളി...." മീനൂട്ടി തന്നെ പറ.

"ങ്ങേ...... അച്ഛനോ ..... ലാപ്പീന്നു തലപൊക്കാത്ത ആള്..."

മീനൂട്ടി അച്ഛനെ കളിയാക്കി.

"ഇനി അച്ഛൻ കുറേ ദിവസം മീനൂട്ടിക്കൊപ്പം. അച്ഛന്റെ പ്രോജക്ട് പൂർത്തിയായി..."

മീനൂട്ടി അച്ഛന്റെ കൈകളുയർത്തി സ്വന്തം കൈപ്പത്തി ചേർത്തടിച്ചു.

മീനൂട്ടി റെഡി.

'നമുക്ക് കള്ളനും പൊലീസും കളിക്കാം.' മീനൂട്ടി പേപ്പറും പേനയുമായെത്തി. മൂന്നുപേരും ഒരുമിച്ച് കളിച്ചു. എട്ടു മണിക്കേ ഉറക്കം തൂങ്ങുന്ന മീനൂട്ടിക്ക് ഉറക്കം വന്നതേയില്ല.

അതാ ..അമ്മയുടെ ഫോണിൽ മോളി ടീച്ചർ വിളിക്കുന്നു. മീനൂട്ടി ഓടിച്ചെന്ന് ഫോണെടുത്തു.

"ടീച്ചർ......" മീനൂട്ടി ടീച്ചർ പറയുന്നത് ശ്രദ്ധയോടെ കേട്ടു. "രണ്ടാഴ്ച കഴിഞ്ഞ് ഞങ്ങൾ മീനൂട്ടിയുടെ വീട്ടിൽ വരുന്നു. മീനൂട്ടിക്ക് ഒത്തിരി സന്തോഷമുള്ളൊരു വാർത്തയുമായി...... കൂട്ടുകാരെയെല്ലാം വീട്ടിലേക്ക് വിളിച്ചേക്കണേ.."

മീനൂട്ടി ടീച്ചറോട് ഒരുപാട് കെഞ്ചിനോക്കി.

"പ്ലീസ് ടീച്ചർ കാര്യം പറഞ്ഞു തരൂ" എന്ന്.

"അപ്പോ ശരി നമുക്ക് രണ്ടാഴ്ച കഴിഞ്ഞ് കാണാം. ഒ കെ ബൈ."

"ബൈ ടീച്ചർ.."

മീനൂട്ടി ഫോൺ കട്ട് ചെയ്തു.

എന്തായിരിക്കും ആ സസ്പെൻസ്.

മീനൂട്ടിയുടെ ഉറക്കമില്ലാതാക്കിയ ആ സസ്പെൻസ് എന്താകും? അച്ഛനും അമ്മയ്ക്കും ആകാംക്ഷയായി.

പതിനാല്

അടച്ചുപൂട്ടലിന്റെ ആശങ്കയിൽ ഒരു വർഷമാണ് കടന്നു പോയത്. അദ്ധ്യാപകരെ കാണാതെ, കൂട്ടുകാരെ കാണാതെ...... എല്ലാ ദുരിതങ്ങളും അവസാനിക്കും, വീണ്ടും നല്ല പുലരികൾ കടന്നുവരും എന്ന അമ്മയുടെ, ടീച്ചറുടെ വാക്കുകളാണ് പ്രചോദനമായി കൂടെയുള്ളത്. രണ്ടാഴ്ചക്കാലം മീനൂട്ടി തീർത്തും ആശങ്കയിലായിരുന്നു. അപ്പുവിനോ, അയ്ഷുവിനോ വരാനോ, അവരുടെ അടുത്തൊന്ന് പോകാനോ പറ്റിയില്ല.

അതുകൊണ്ടുതന്നെ ഗൃഹസന്ദർശനത്തിനായി ടീച്ചർ വീടുകളിൽ വരുന്നു എന്ന വാർത്ത നല്കിയ സന്തോഷത്തിന് അതിരില്ല. മീനൂട്ടി നേരത്തെ എഴുന്നേറ്റ് കുളിച്ച് ഒരുങ്ങി നിന്നു.

വാട്സാപ്പ് ഗ്രൂപ്പിൽ ടീച്ചറും കുട്ടികളുമൊത്തുള്ള ഫോട്ടോ ഓരോരുത്തരായി പോസ്റ്റ് ചെയ്തിട്ടുണ്ട്. ടീച്ചർ എല്ലാവരുടേയും നോട്ട് പുസ്തകം നോക്കിയിട്ടുണ്ടത്രെ. മീനൂട്ടി നോട്ടുപുസ്തകങ്ങൾ വൃത്തിയായി പൊതിഞ്ഞ് തയ്യാറാക്കിക്കഴിഞ്ഞു.

അപ്പുവും അയ്ഷുവും മീനൂട്ടിയുടെ ക്ലാസിലല്ല. അവരുടെ ക്ലാസ് ടീച്ചർ നേരത്തെ അവരുടെ വീട്ടിൽ പോയിട്ടുണ്ട്. അവരെയും മീനൂട്ടി വീട്ടിലേക്ക് ക്ഷണിച്ചു. അയ്ഷുവിന്റെ കൂടെ അവളുടെ ഉമ്മയും വരാമെന്നേറ്റിട്ടുണ്ട്. സ്കൂളിലെ ഹെഡ്മാസ്റ്ററും,

രണ്ടാം ക്ലാസിലേയും നാലാം ക്ലാസിലേയും ടീച്ചറും ഉണ്ടത്രെ.

പതിനൊന്നു മണിക്കാണ് ടീച്ചർ എത്താമെന്നു പറഞ്ഞത്. അതിനു മുമ്പേ അയ്ഷൂവും ഉമ്മയും അപ്പുവും വന്നിരുന്നു.

അയ്ഷുവിന്റെ ഉമ്മ അമ്മയെ സഹായിക്കാൻ അടുക്കളയിലെത്തി. കോവിഡ് മാനദണ്ഡങ്ങൾ പാലിച്ചാണത്രെ ഗൃഹസന്ദർശനം. അതുകൊണ്ട് ഉച്ചഭക്ഷണം വേണ്ടെന്ന് പ്രത്യേകം പറഞ്ഞിട്ടുണ്ട്.

അയ്ഷുവും അപ്പുവും മീനൂട്ടിയുടെ പുസ്തകങ്ങൾ പരിശോധിച്ചു. "ഞാനിത്രയൊന്നും എഴുതിയിട്ടില്ലെന്ന്" അപ്പു.

"ഞാനെഴുതീതെല്ലാം നന്നായിട്ടുണ്ടെന്ന് ടീച്ചർ പറഞ്ഞെന്ന്" അയ്ഷു.

"എന്നാലും എന്തായിരിക്കും മീനൂട്ടിക്ക് മാത്രമായൊരു സസ്പെൻസ്.!" "അപ്പോ എല്ലാർക്കും ആകാംക്ഷയുണ്ടല്ലേ,

ഞാൻ കരുതി എനിക്കു മാത്രായിരിക്കുന്ന്." മീനൂട്ടി ചിരിച്ചുകൊണ്ട് പറഞ്ഞു.

ഗേറ്റിനരികിൽ കാറിന്റെ ഡോർ തുറക്കുന്ന ശബ്ദം. എല്ലാവരും ജനാലയിലൂടെ പതിയെ നോക്കി.

"ഹായ്! ഞങ്ങളുടെ മോളി ടീച്ചർ."

പക്ഷേ, എല്ലാരും മാസ്ക് വച്ചിട്ടുണ്ട്. "കുട്ടികളും മാസ്ക് വച്ചോളൂ." അയ്ഷുവിന്റെ ഉമ്മ പറഞ്ഞു.

എല്ലാവരും സിറ്റൗട്ടിലേക്ക് ചെന്ന് അദ്ധ്യാപകരെ സ്വീകരിച്ചു.

സ്വീകരണ മുറിയിലേക്കിരുത്തി.

"എല്ലാവരും വലിയ സന്തോഷത്തിലാണല്ലോ." ഹെഡ്മാസ്റ്റർ അപ്പുവിനെ നോക്കി പറഞ്ഞു. "അപ്പു സ്കൂൾ ലീഡറാണ്. ഈ വർഷവും അപ്പു തിരഞ്ഞെടുപ്പില്ലാതെ സ്കൂൾ ലീഡറായല്ലേ." രണ്ടാം ക്ലാസിലെ ടീച്ചർ അപ്പുവിനോട്....

അച്ഛനും, അമ്മയും, അയ്ഷുവിന്റെ ഉമ്മയും അദ്ധ്യാപകരും ചേർന്ന് സംസാരമായി. വിഷയം കുട്ടികളും കോവിഡും തന്നെ.

മോളി ടീച്ചർ അതിനിടയിൽ മീനൂട്ടിയുടെ പുസ്തകങ്ങൾ പരിശോധിച്ചു.

"നമ്മുടെ വിദ്യാലയത്തിന് ഏറെ അഭിമാനിക്കാവുന്നതും, സന്തോഷം തരുന്നതുമായ ഒരു പ്രവർത്തനമാണ് മീനൂട്ടിയും അവളുടെ ക്ലാസ് ടീച്ചർ മോളി ടീച്ചറും നമുക്ക് ഈ കോവിഡ് കാലത്ത് സമ്മാനിച്ചിരിക്കുന്നത്. സ്വന്തം പരിസ്ഥിതി നിരീക്ഷിച്ച് കുറിപ്പുകൾ തയ്യാറാക്കാനുള്ള പ്രവർത്തനം ജൂൺ മാസത്തിലാണ് മോളി ടീച്ചർ കുട്ടികൾക്ക് നല്കിയത്. എല്ലാ കുട്ടികളും ഈ പ്രവർത്തനം ചെയ്ത് വാട്സ്അപ്പ് വഴി ടീച്ചർക്കയക്കുമായിരുന്നു. അതിൽ മീനൂട്ടിയുടെ കുറിപ്പുകൾ ഏറെ ശ്രദ്ധിക്കപ്പെട്ടപ്പോഴാണ് ടീച്ചറത് മൊബൈലിൽ ടൈപ്പ് ചെയ്ത് പി ഡി എഫ് ആക്കി സൂക്ഷിച്ചത്. ഈ കഴിഞ്ഞ മാസമാണ് അവയെല്ലാം എനിക്കയച്ചു തന്നതും ഒരു പുസ്തകമാക്കിയാലോ എന്ന ആഗ്രഹം ടീച്ചർ പങ്കുവച്ചതും.

ഉടനെത്തന്നെ പ്രസാധകരുമായി വിഷയം പങ്കുവച്ചപ്പോൾ പുസ്തകം ചെയ്യാൻ അവർ തയ്യാറാണെന്ന് സമ്മതിക്കുകയും ചെയ്തു. വളരെ പെട്ടെന്നുതന്നെ ടീച്ചർ പുസ്തകത്തിന്റെ മറ്റു കാര്യങ്ങൾ പൂർത്തിയാക്കി. പ്രിന്റിങ് കഴിഞ്ഞ് തിങ്കളാഴ്ച അവർ പുസ്തകം സ്കൂളിലെത്തിച്ചു. മീനൂട്ടിയുടെ രക്ഷിതാക്കൾ ഞങ്ങളോട് ക്ഷമിക്കണം. എല്ലാം ഒരു സസ്പെൻസാകട്ടെ എന്നു കരുതി മാത്രമാണ് മുൻകൂട്ടി പറയാതിരുന്നത്. ഇന്ന് മീനൂട്ടിയുടെ വീട്ടിൽ വച്ച് നമുക്കെല്ലാവർക്കും മീനൂട്ടിയുടെ 'കന്നി സമാഹാരം' അങ്ങ് പ്രകാശനം ചെയ്തേക്കാമല്ലേ?"

ഹെഡ്മാസ്റ്ററുടെ വാക്കുകൾ എല്ലാവരേയും അത്ഭുതപ്പെടുത്തി. ഇത്തരമൊരു പ്രവർത്തനം ആരും ഒട്ടും പ്രതീക്ഷിച്ചതല്ല.

"അപ്പോൾ പുസ്തകം ആർക്കു നല്കി പ്രകാശനം ചെയ്യണം.?"

ഹെഡ്മാസ്റ്ററുടെ ചോദ്യം.

"എല്ലാ നിരീക്ഷണങ്ങളും അപ്പൂം, അയ്ഷൂം, മീനൂട്ടിയും കൂടെയാണ്. ഇവരുടെ സംശയ നിവാരണക്കാരൻ അപ്പുവാണ്. പിന്നെ അവനല്ലേ സ്കൂൾ ലീഡർ. അപ്പുവിന് മോളി ടീച്ചർ പുസ്തകം നല്കി പ്രകാശനം നടത്തട്ടെയല്ലേ?" മീനൂട്ടിയുടെ

അച്ഛൻ പറഞ്ഞു.

"എല്ലാവരുടേയും ഇഷ്ടംപോലെ ചെയ്യാം." ഹെഡ്മാസ്റ്റർ എഴുന്നേറ്റു. "ക്യാമറ റെഡിയല്ലേ."

രണ്ടാം ക്ലാസിലെ ടീച്ചർ.

വീട്ടുകാരുടെയും, കൂട്ടുകാരുടെയും, അദ്ധ്യാപകരുടെയും സാന്നിദ്ധ്യത്തിൽ മീനൂട്ടിയുടെ പുസ്തകം പ്രകാശനം ചെയ്യപ്പെട്ടു.

അപ്പു പുസ്തകത്തിന്റെ കവർ തുറന്ന് ഉറക്കെ വായിച്ചു. 'കുട നനയാതെ' നനയ്ക്കാനാവാത്ത കുടയുമായി മൂന്നു കുട്ടികൾ വയൽ വരമ്പിലൂടെ നടന്നു പോവുന്ന കവർചിത്രം. "കവർ ചിത്രത്തിന്റെ അവകാശി നമ്മുടെ മോളി ടീച്ചറാണ് കേട്ടോ." ഹെഡ്മാസ്റ്റർ മോളി ടീച്ചറെ നോക്കി ചിരിച്ചു.

പറയാൻ വാക്കുകളില്ലാതെ മീനൂട്ടിയുടെ രക്ഷിതാക്കൾ. അത്ഭുതം വിട്ടുമാറാതെ മീനൂട്ടി.

യാത്ര പറഞ്ഞിറങ്ങിയതും ഒട്ടും പ്രതീക്ഷിക്കാതെ വേനൽ മഴ...

"കുട നനയ്ക്കാൻ ഞങ്ങൾ കുടയെടുത്തില്ലല്ലോ മീനൂട്ടീ...." മോളി ടീച്ചർ മീനൂട്ടിയെ കളിയാക്കി.

ചാറ്റൽ മഴയുടെ പുഞ്ചിരിയിൽ എല്ലാവരും പൊട്ടിച്ചിരിച്ചു.

ഭാഗം രണ്ട്

കാക്കത്തൊള്ളായിരം

ഒന്ന്

"**അ** - അമ്മ, അച്ഛൻ

ആ - ആന, ആട്

ഇ- ഇല, ഇര

ഈ-ഈച്ച, ഈറ്റ

ഉ - ഉമ്മ, ഉപ്പ

"ഉണ്ണീ നീ കേക്കണ് ണ്ടോ ഈ പറേണത്?

എന്നാ.. ഞാനിപ്പം ഏതൊക്കെ അക്ഷരം വച്ചാ വാക്ക്ണ്ടാക്കിയേ?"

മുറ്റത്ത് വരിവരിയായിപ്പോകുന്ന കരിയുറുമ്പുകളെ എണ്ണുന്നതിനിടയിൽ അമ്മ പറഞ്ഞത് ശ്രദ്ധിച്ചതേയില്ല. ഇതമ്മയ്ക്ക് മനസ്സിലായാ പിന്നെ ശകാരത്തിന്റെ പൊടിപൂരായിരിക്കും.

"അമ്മ പറഞ്ഞതപ്പടി ഞാൻ കേൾക്കല്ലേ. പക്ഷേ, അമ്മേ... അതെല്ലാം ഒന്നൂടെ പറഞ്ഞാലേ ഉണ്ണീടെ മനസ്സിൽ പതിയൂ." ഉണ്ണി കുസൃതിയോടെ പറഞ്ഞു.

ഇതമ്മയുടെ മുന്നിൽ പ്രയോഗിക്കുന്ന പതിനെട്ടടവിൽ ഒന്നാണ്. കുസൃതി കാട്ടി പറഞ്ഞാ പിന്നെ അമ്മ അതിൽ വീണതു തന്നെ.

എന്നാലും അമ്മയോട് കളവ് പറയുന്നതെങ്ങനെയാ. കളവു

പറയുന്നത് തെറ്റല്ലേ.

"അമ്മേ.... അമ്മ ഇങ്ങോട്ട് നോക്കിയേ...." ഉണ്ണി അമ്മയുടെ മുഖം തിരിച്ച് വരിയായിപ്പോകുന്ന കരിയുറുമ്പുകളെ കാണിച്ചു.

"അമ്മ നേരത്തേ എന്നെ പഠിപ്പിക്കുമ്പോൾ ഞാൻ ദേ.. ഈയുറുമ്പുകളെ കണ്ടോണ്ടിരിക്ക്യാരുന്നു."

"അമ്പട കള്ളാ... നീയെന്നെ പറ്റിക്ക്യാരുന്നല്ലേ."

അമ്മ അവന്റെ ചെവിക്കു പതിയെ പിടിച്ചു.

"ഇവയെ ഇങ്ങനെ വിട്ടാ പറ്റില്ല. ഉണ്ണി, ഇത്തിരി ചാഴിപ്പൊടി വിതറിയാ അവ പോകുന്ന വഴി കാണില്ല" അമ്മയുടെ ഉപദേശം അവനൊട്ടും ഇഷ്ടമായില്ല.

"അവർക്ക് അച്ഛനും അമ്മേം കാണില്ലേ? അച്ഛനും അമ്മയ്ക്കും മക്കൾ കാണില്ലേ? എവിടേങ്കിലും പോയി ജീവിക്കട്ടെ. ഞാൻ ചാഴിപ്പൊടി വിതറില്ല."

"അയ്യോ അമ്മേ എന്നെ ഉറുമ്പുകടിച്ചേ...." ഉണ്ണി ഉച്ചത്തിൽ കരഞ്ഞു.

ഉണ്ണീടെ കരച്ചിൽ കേട്ട് മുത്തശ്ശി ഓടി വന്നു.

"കണ്ടില്ലേ അവന്റെ ഭൂതദയ. ഇപ്പോ എന്താണ്ടായേ."

അവൻ അമ്മയെ പിണക്കത്തോടെ നോക്കി.

"സാരല്ല. മുത്തശ്ശീടെ കുട്ടി അടുക്കളയിൽ പോയി ഇത്തിരി മഞ്ഞപ്പൊടി എടുത്തിട്ട് വരൂ. മുത്തശ്ശി കാണിച്ചുതരാം ഉറുമ്പിനെ ഓടിക്കണ വിദ്യ"

അവൻ അടുക്കളയിൽ പോയി മഞ്ഞപ്പൊടി എടുത്തു കൊണ്ടുവന്നു.

മുത്തശ്ശി ഉറുമ്പുപോകുന്ന വഴിയിൽ അല്പം മഞ്ഞപ്പൊടി വിതറി. അത്ഭുതം. ഉറുമ്പുകളെല്ലാം ദിശമാറി സഞ്ചരിക്കാൻ തുടങ്ങി.

ഉണ്ണി മുത്തശ്ശിയെ കെട്ടിപ്പിടിച്ച് ഉമ്മവച്ചു.

"അമ്മ പറഞ്ഞതുപോലെ ചാഴിപ്പൊടി ഇട്ടിരുന്നെങ്കിൽ എല്ലാം ചത്തു പോയിരുന്നില്ലേ മുത്തശ്ശീ."

"എല്ലാറ്റിനും ദൈവം ഇട്ട ജീവനല്ലേ. ഒന്നിനേം നമ്മൾ കൊല്ലാൻ പാടില്ല. നമുക്കവയെ ജീവനോടെ തിരിച്ചു നല്കാനാ

വാത്തിടത്തോളം." മുത്തശ്ശിയുടെ വാക്കുകൾ അവനെ സന്തോഷിപ്പിച്ചു.

ഉണ്ണി അവന്റെ പുസ്തകമെടുത്ത് അമ്മ പറഞ്ഞ വാക്കുകൾ വൃത്തിയായി എഴുതി. അവൻ ഒന്നുകൂടെ കൂട്ടിച്ചേർത്തു. ഉ - ഉറുമ്പ്.

രണ്ട്

അമ്മ അദ്ധ്യാപികയല്ല. എങ്കിലും വളരെ രസകരമായാണ് ഓരോ പാഠവും പഠിപ്പിക്കാറുള്ളത്. ഉണ്ണിയുടെ പ്രിയപ്പെട്ട ടീച്ചർ അമ്മ തന്നെയാണ്.

ഇന്നത്തെ അമ്മയുടെ പ്രവർത്തനം പ്രകൃതി പഠനം തന്നെ. കഴിഞ്ഞ ദിവസം എഴുതിയതിന്റെ ബാക്കി അക്ഷരങ്ങൾ ഉപയോഗിച്ചുള്ള വാക്കുകൾ ഇന്ന് കണ്ടെത്തിയേ പറ്റൂ.

ഉണ്ണി തൊടിയിലേക്കിറങ്ങി. അപ്പൂപ്പൻ താടികൾ പറന്നിറങ്ങുന്ന മുള്ളിൻ പൂക്കൾ റോസ് പരവതാനി വിരിച്ച തൊടിയിലൂടെ കല്ലു പെറുക്കി, പൂ പറിച്ച്, പഴുത്ത തെച്ചിക്കായ തിന്ന്, കാട്ടുമുല്ലവള്ളികൾ നൃത്തംവയ്ക്കുന്ന പുല്ലാന്നി വള്ളികൾ വള്ളിക്കുടിലുകെട്ടിയ കാട്ടിലൂടെ വാക്കുകൾ തേടി, വാക്കുകളുടെ പൊരുൾതേടി ഉണ്ണി നടന്നു. അപ്പുവും നൈനയും കുഞ്ഞാമിനുവും ഉണ്ണിക്ക് കൂട്ടിനെത്തി.

"ഇന്ന് നമ്മൾ പൊളിക്കും." അപ്പു പറഞ്ഞു.

"പുല്ലാന്നി വള്ളിയിൽ ഞാൻ ഊഞ്ഞാലാടും."

നൈന പറഞ്ഞു.

"ദേ... ആരും കാണാത്തൊരെണ്ണം ഞാൻ കാണിക്കട്ടെ. എല്ലാരും ഒന്നു കണ്ണടച്ചേ.."

കുഞ്ഞാമിനു പറഞ്ഞതും എല്ലാവരും കണ്ണടച്ചു.

പച്ചിലപ്പടർപ്പുകൾക്കിടയിൽ ഒളിച്ചിരിക്കുന്ന തൂക്കണാം കുരുവിയുടെ കൂടിനു നേരെ വിരൽ ചൂണ്ടി നില്ക്കുന്ന കുഞ്ഞാമിനുവിനെ നോക്കി അപ്പു....

"ഓ.... ഇത് ഞാനെപ്പോ കണ്ടതാ. നമ്മളിവിടെ നില്ക്കുമ്പ ഴല്ലേ കുരുവി കുഞ്ഞിനു തീറ്റ കൊടുത്തു പോയത്."

"ഹായ് എന്ത് ഭംഗിള്ള കൂട്!" ഉണ്ണിയും നൈനുവും ഒറ്റ സ്വരത്തിൽ പറഞ്ഞത് കുഞ്ഞാമിനുവിനെ സന്തോഷിപ്പിച്ചു.

ഉണ്ണി കണ്ടെത്തിയ പുതിയ വാക്കുകൾ കൂട്ടുകാരെ കേൾപ്പിച്ചു.

നൈനു ഊഞ്ഞാലാടാനായി വള്ളിക്കുടിലിൽ കയറിയി രുന്നു.

"എടീ നൈനു.... പുല്ലാഞ്ഞിക്കാട്ടിൽ പുല്ലാഞ്ഞിമൂർഖനു ണ്ടാവും ത്രെ. സൂക്ഷിച്ചിരുന്നോട്ടൊ."

"നീയൊന്നു പോടാ ചെക്കാ.. അവർ നമ്മളെ ശബ്ദം കേട്ടതേ മാളത്തിൽ ഒളിച്ചു കാണും."

"പെണ്ണിന്റൊരു ധൈര്യേ..." അപ്പു അവളെ കളിയാക്കി.

"വെള്ളിയാഴ്ച ഉച്ചയ്ക്ക്
വള്ളിക്കുടിലിന്നുള്ളി-
ലൊളിക്കാൻ
പുള്ളിയുടുപ്പിട്ട നൈനു
അമ്മയോട്
കള്ളം പറഞ്ഞിറങ്ങി."

വള്ളികളിൽ അള്ളിപ്പിടിച്ച് അപ്പു പാടിയ പാട്ട് നൈനുവിന് വളരെ ഇഷ്ടപ്പെട്ടു.

"ആഹാ..... 'ള്ള' എന്ന അക്ഷരം ഉപയോഗിച്ചുള്ള വാക്കു കളാണല്ലോ അപ്പു ഇതില്."

തൂക്കണാം കുരുവിയുടെ കൂട്ടിലെ മുട്ട തേടിപ്പോയ ഉണ്ണി ഓടി വന്ന് അപ്പുവിന്റെ പാട്ടിലെ വാക്കുകൾ നിരത്തി. "വള്ളി, പുള്ളി, കള്ളം, വെള്ളി...."

"ഇനി ഞാൻ പറയാം"

കുഞ്ഞാമിനു വാക്കു പെട്ടിയുടെ അടപ്പു പൊട്ടിച്ചു.

വാക്കുകൾ പറന്നുയരാൻ തുടങ്ങി. “വള്ളം, ഉള്ളം, പള്ള, ചെള്ള്, കള്ള്, ഉള്ള്, ഉള്ളി.....”

“മതി... മതി... നിർത്ത്... ഇനി ഞാൻ പറയാം.” ഉണ്ണി ഇടയിൽ കയറി. കാട്ടു മുല്ലയിൽനിന്ന് പൂക്കൾ കൊഴിയുന്ന കണക്കെ കുഞ്ഞുവായിൽനിന്ന് വാക്കുകൾ കൊഴിഞ്ഞുവീണു.

വള്ളിക്കുടിൽ ഇളകി മറിഞ്ഞു.

നാട്ടുമാവിൻ കൊമ്പിൽനിന്നും ഒരു പച്ചിലപ്പാമ്പ് തലനീട്ടി. “അയ്യോ... എനിക്ക് പേടിയാ..” നൈനു കരച്ചിലായി.

“വാങ്ക് കൊടുത്തു. സന്ധ്യായി. ഉമ്മുമ്മ വഴക്കുപറയും.” കുഞ്ഞാമിനു തിരക്കുകൂട്ടി. “വാ.. നമുക്കു പോകാം.”

മൂന്ന്

ഉണ്ണി വീട്ടിലെത്തിയപ്പോൾ സന്ധ്യയായിരുന്നു. മുത്തശ്ശി തിണ്ണയിൽ നിലവിളക്കു കൊളുത്തി വച്ച് നാമം ചൊല്ലുന്നു. ഉണ്ണി അടുക്കള വഴി അകത്തു കയറാൻ ഒരു ശ്രമം നടത്തി.

"ഉണ്ണീ..... പുറത്തു പോയി കളിച്ചു വരുന്നതല്ലേ. കാലും മുഖവും കഴുകീട്ടകത്തു കയറിയാ മതി..." അമ്മ ഉറക്കെ വിളിച്ചു പറഞ്ഞു.

പറയാൻ ഒരുപാടുള്ളതുകൊണ്ട് വേഗം കാലും മുഖവും കഴുകി അകത്തുകയറി.

വള്ളിക്കുടിലിലെ കഥകൾ കേട്ട് അമ്മയ്ക്കും ഹരമായി.

ഉണ്ണി വേഗം പുസ്തകമെടുത്ത് പദങ്ങൾ എഴുതാൻ തുടങ്ങി. എന്തുമാത്രം പുതിയ പദങ്ങളാണ് ഇന്നത്തെ കളിയിലൂടെ വെളിച്ചം കണ്ടത്.

"നോക്കട്ടെ നിങ്ങളുടെ കളിവാക്ക് വായിച്ചാൽ കിളി പോകുമോ?"

"അമ്മ കളിയാക്കണ്ട."

ഉണ്ണി അമ്മയോട് പിണങ്ങും.

"കേട്ട വാക്കുകൾ മനസ്സിൽനിന്ന് മായുംമുമ്പേ എഴുതി തീർക്കട്ടെ."

ഉണ്ണി ധൃതിയിൽ എഴുത്തു തുടർന്നു.

അമ്മ പുസ്തകം വാങ്ങി മറിച്ചു നോക്കി.

“മിടുക്കൻ...”

അമ്മ ഉണ്ണിയുടെ കവിളിൽ നുള്ളി. “ഇതാണ് അമ്മ പറഞ്ഞത്, കൂട്ടുകാരോടൊപ്പം കൂടുമ്പോഴാണ് പഠനം മധുരമുള്ളതാകുന്നതെന്ന്. ശരിയല്ലേ?”

“കുറച്ച് ശരിയാണ്. എന്നാലേ എനിക്കേറെ മധുരം മുത്തശ്ശിയോടൊപ്പം കൂടുമ്പോഴാണ്.”

“അയ്യട, ഒരു മുത്തശ്ശി സ്നേഹം.”

ഉണ്ണി മുത്തശ്ശിയുടെ അടുത്തേക്കോടി.

നാല്

ഉണ്ണി മുത്തശ്ശിയുടെ കഴുത്തിലൂടെ കൈകൾ ചേർത്തു പിടിച്ചു. മുത്തശ്ശി അവന്റെ ഇരുകവിളിലും സ്നേഹത്തോടെ തലോടി.

“എന്റെ മുത്തശ്ശി, കഥകളിലെ മുത്തശ്ശിയെപ്പോലെ മോണ കാട്ടി ചിരിച്ച് വടി കുത്തി നടക്കുന്ന മുത്തശ്ശിയാവാത്തതെന്താ?”

“എടാ കുസൃതി.. മുത്തശ്ശിക്കിപ്പോഴും ചെറുപ്പമാ. മുത്തശ്ശീടെ അമ്മ ഉണ്ടായിരുന്നെങ്കിലിപ്പോ ഏതാണ്ട് അതുപോലെ ഇരുന്നേനേ.”

“അപ്പോ ആ മുത്തശ്ശിക്കു മാത്രമേ മുത്തശ്ശിക്കഥ പറയാനും അറിയൂ അല്ലേ?”

ഉണ്ണിയുടെ സംശയം തീരുന്നില്ല.

“എടാ ഉണ്ണി... പഴക്കം ചെല്ലുംതോറും ഓർമ്മകൾക്ക് അതിമധുരമായിരിക്കും. ഉണ്ണിക്ക് വയസ്സാവുമ്പോൾ ഇന്ന് നടന്ന കാര്യങ്ങളോർക്കുമ്പോൾ ഏറെ രസകരമായിരിക്കും. കയ്പേറിയ താണെങ്കിൽ പോലും അതിനുമുണ്ടാകും അല്പം മധുരം. ആമയും മുയലും അണ്ണാനും കുരുവിയും, ഗുരുവും ശിഷ്യനും തുടങ്ങി എത്രയെത്ര കഥകൾ കുട്ടിക്കാലത്ത് കേട്ടിട്ടുണ്ട്. മുത്ത ശ്ശിയുടെ മുത്തശ്ശി എത്ര കഥകൾ പറഞ്ഞു തന്നിട്ടുണ്ട്..

അന്ന് ഇന്നത്തെപ്പോലെ മൊബൈലില്ല, ടി വിയില്ല. കാർട്ടൂൺ സീരിയലില്ല. മുത്തശ്ശി കുട്ടിയായിരുന്നപ്പോ വൈദ്യുതി പോലും വീട്ടിലെത്തിയിരുന്നില്ല. മുത്തശ്ശിയുടെ അമ്മയുടെ കുട്ടിക്കാലം അതിനേക്കാൾ രസകരമായി കാണും.

പക്ഷേ, ഒരു കാര്യണ്ട്. നിങ്ങളനുഭവിക്കുന്ന പുതിയ വിദ്യകളൊന്നുമില്ലായിരുന്നെങ്കിലും പ്രകൃതിയുടെ സൗഭാഗ്യം വേണ്ടുവോളം ആസ്വദിച്ചിരുന്നു. പക്ഷേ, മുത്തശ്ശിക്ക് നിങ്ങളെ കാണുമ്പോൾ ശരിക്കും അസൂയയുണ്ട്. ഇപ്പോ ദേ നേരം ഇരുട്ടി നീ കയറി വന്നിട്ടും അമ്മ വഴക്കു പറഞ്ഞോ?"

"ഇല്ല."

"ഉണ്ണിക്കുട്ടൻ പഠിക്കാത്തതിന് അമ്മ വഴക്കു പറഞ്ഞോ?"

"അതും ഇല്ല."

"ഇനി സ്കൂളിൽ ചെന്നാൽ നിങ്ങളും നിങ്ങളുടെ അദ്ധ്യാപകരും നല്ല കൂട്ടുകാരല്ലേ? അവരെ പേടിയുണ്ടോ?"

"അതും ഇല്ല."

"ഈ വീട്ടിലെ ഷോക്കേസ് നിറയെ നോക്കൂ. ഉണ്ണിക്കുട്ടന്റെ കളിപ്പാട്ടങ്ങളല്ലേ.....? മുത്തശ്ശിക്ക് ഇതുപോലെ കളിപ്പാട്ടങ്ങളില്ലായിരുന്നു. പഠിച്ചില്ലേൽ മുത്തശ്ശിക്ക് പുളി വടികൊണ്ട് കാൽമുട്ടിനു താഴെ നല്ല അടി കിട്ടുമായിരുന്നു. സ്കൂളിൽ ചെന്നാൽ അദ്ധ്യാപകരെ എന്തു പേടിയായിരുന്നെന്നോ? ഇതെല്ലാം കാണുമ്പോൾ മുത്തശ്ശിക്ക് തോന്നും ഞാനും ഉണ്ണിക്കുട്ടനെപ്പോലെ കുട്ടിയായിരുന്നെങ്കിലെന്ന്.!"

"എങ്കിൽ ഇന്നു മുതൽ മുത്തശ്ശിയും ഉണ്ണിയും ചങ്ക് ഫ്രണ്ട്സ്. റെഡിയല്ലേ. മുത്തശ്ശി കൈപ്പത്തി മടക്കി പിടിച്ചേ."

രണ്ടുപേരും മുഷ്ടി ചുരുട്ടി ചേർത്തിടിച്ചു. നെറ്റി ചേർത്ത് മുട്ടിച്ചു.

"സന്ധ്യവരെ കളിച്ചതല്ലേ. നല്ല ക്ഷീണം കാണും. ഇനി ഉറങ്ങാം." മുത്തശ്ശി പറയും മുമ്പേ ഉണ്ണിയുടെ കൈകൾ മുത്തശ്ശിയുടെ കഴുത്തിൽ ചുറ്റിപ്പിണഞ്ഞു. കോലുപോലെ നീണ്ട മുടിയിഴകളൊതുക്കി മുത്തശ്ശി ഒരു താരാട്ടുപാട്ടിന്റെ ഈരടികൾ മൂളി. ജനലഴികൾക്കിടയിലൂടെ ഒരു തേങ്ങാപ്പൂളിന്റെ വെട്ടം ഉണ്ണിയുടെ കുഞ്ഞു കാല്പാദങ്ങളെ ചുംബിക്കുന്നുണ്ടായിരുന്നു.

അഞ്ച്

രാവിലെ ഉണർന്നപ്പോൾ ഉണ്ണി കണ്ട കാഴ്ച മുത്തശ്ശിയും അച്ഛനും അമ്മയും അടുക്കളയിൽ തകൃതിയായി പണി ചെയ്യുന്നതാണ്. സാധാരണ ഓണത്തിനും വിഷുവിനും മാത്രമേ അച്ഛൻ അടുക്കളയിൽ കയറൂ. ഈ കാര്യത്തിൽ അച്ഛനും അമ്മയും എപ്പോഴും വഴക്കാണ്.

ചേച്ചിയും അമ്മയും ഒറ്റ ചേരിയിലാകുന്ന സന്ദർഭം കൂടിയാണിത്.

വീട്ടുജോലിയിൽ ആണുങ്ങൾക്കും പെണ്ണുങ്ങൾക്കും തുല്യ പങ്കാളിത്തം വേണമെന്നാണ് ചേച്ചിയുടെ വാദം.

"നീയെന്നാടീ ഫെമിനിസ്റ്റായത്?" എന്ന് മുത്തശ്ശി ചേച്ചിയോട് ചോദിക്കും. എന്നാലും ചേച്ചിയുടെ വാദത്തോട് മുത്തശ്ശിക്കും എതിരഭിപ്രായമൊന്നുമില്ല. അത് തിരിച്ചറിയുന്ന ഏക സന്ദർഭം ''ചൂലെടുത്ത് മുറ്റമൊക്കെ ഇടയ്ക്ക് തൂത്തുവാരുകയോ, ഭക്ഷണംകഴിച്ച പാത്രമൊക്കെ കഴുകുകയോ ചെയ്ത് നിനക്കവളെ ഒന്നു സഹായിച്ചൂടെ ഉണ്ണീ" എന്ന ചോദ്യം കേൾക്കുമ്പോഴാണ്.

ചേച്ചി വാ പൊത്തി ചിരിച്ച് എന്നെ നോക്കുന്ന നോട്ടം കാണുമ്പോൾ ചേച്ചിയുടെ മുടി പിടിച്ചു വലിക്കാനുള്ള ദേഷ്യം വരും ഉണ്ണിക്ക്.

"സാരല്യ.. ഉണ്ണി ഇങ്ങു പോരൂ" എന്ന് അച്ഛൻ പറയുമ്പോഴാണ് ചേച്ചിയുടെ മുന്നിലുള്ള ആ നാണക്കേടിൽ നിന്നല്പം രക്ഷപ്പെടുന്നത്.

ഇന്ന് ഓണം, വിഷു, പിറന്നാൾ ഒന്നുമല്ല പിന്നെന്തായിരിക്കും കാര്യം. രാത്രി ഉറങ്ങാൻ കിടന്നപ്പോ മുത്തശ്ശി ഒന്നും പറഞ്ഞതേയില്ല. ചേച്ചിയുടെ പുറകെക്കൂടിയാൽ കാര്യം അറിയാം.

ഉണ്ണി ചേച്ചിയുടെയടുത്ത് സ്നേഹത്തോടെ ചുറ്റിപ്പറ്റി നിന്നു.

"എന്താണ് പതിവില്ലാതെ ഉണ്ണിക്കുട്ടൻ ന്റെ അടുത്ത്? പേനയോ, റബ്ബറോ, പൗച്ചോ ഇന്നേതാ വേണ്ടത്?"

ഉണ്ണിക്കുട്ടൻ കണ്ണു ചിമ്മി, തല കുലുക്കി പതിവ് ആക്ഷൻ കാണിച്ചു.

"ന്നാലും എന്തോ ഉണ്ട്!"

"അത് ചേച്ചി.. ഇന്ന് എന്താ വിശേഷം? എല്ലാരും അടുക്കളേല്."

"ഓ.. അപ്പോ അദാണ് കാര്യം. ഇന്നിവിടെ മുത്തശ്ശീടെ ഏട്ടനും അവരുടെ മക്കളും, കൊച്ചുമക്കളുമൊക്കെ വരുന്നുണ്ട്."

"കൊച്ചുമക്കളെന്നു പറഞ്ഞാ എന്റെ പ്രായം കാണുമോ?"

"എന്റേയും നിന്റേയും എല്ലാം പ്രായക്കാരുണ്ട്."

"അപ്പോ അതാല്ലേ ചേച്ചി നേരത്തേ കുളിച്ച് ഒരുങ്ങിയിരിക്കണേ."

ഉണ്ണിക്കുട്ടൻ നൈനയുടെ വീട്ടിലെ കുളത്തിലേക്ക് ഒറ്റ ഓട്ടം.

"ഉണ്ണിക്കുട്ടാ സോപ്പും തോർത്തും എടുത്തിട്ട് പോടാ."

മുത്തശ്ശി അടുക്കളയിൽനിന്ന് ഉറക്കെ വിളിച്ചു പറയുന്നുണ്ട്.

കിട്ടിയ തോർത്തും, സോപ്പും കുളക്കടവിൽ വെച്ച് കുളത്തിൽ ചാടിയതും ഉണ്ണിക്കുട്ടനു നേരേ രണ്ട് നീർക്കോലികൾ വെള്ളത്തിലൂടെ ഊളിയിട്ടു കടന്നുപോയി.

ആറ്

നീർക്കോലികളെ ഉണ്ണിക്കുട്ടന് ഒട്ടും ഭയമില്ല. തവളയേയും നീർക്കോലികളേയും എത്രയോ തവണ കല്ലെറിഞ്ഞിട്ടുണ്ട്. തവളയെ കല്ലെറിഞ്ഞാൽ തവള ബലൂൺപോലെ വീർത്ത് വരും.

ഒരിക്കൽ മൂക്കിൽ കുരു വന്നപ്പോൾ മുത്തശ്ശി പറഞ്ഞതാ "ഉണ്ണി തവളയെ കല്ലെറിഞ്ഞിട്ടാ മൂക്കിൽ കുരു വന്ന"തെന്ന്.

"തവളയെ കല്ലെറിഞ്ഞാൽ മൂക്കിൽ കുരുവരുമോ?"

എന്ന് തന്റെ പരിസ്ഥിതി പഠന അദ്ധ്യാപകൻ സുജിത് മാഷോട് ചോദിച്ചപ്പോൾ

"അത് ചുമ്മാ ഉണ്ണിയെ കളിപ്പിക്കാൻ മുത്തശ്ശി പറഞ്ഞ" താന്നാ പറഞ്ഞത്.

പക്ഷേ, മുത്തശ്ശി ചുമ്മാ ഒരു കാര്യവും പറയില്ല എന്ന് ഉണ്ണിക്ക് ഉറപ്പുണ്ട്.

ജീവികളെ ഉപദ്രവിക്കാതിരിക്കാൻ പഴമക്കാർ ഇതുപോലെ പല കാര്യങ്ങളും പറഞ്ഞിട്ടുണ്ടത്രെ.

കുളി കഴിഞ്ഞ് കുളക്കടവിൽ കയറിയപ്പോഴേക്കും നൈനയും, അപ്പുവും, കുഞ്ഞാമിനയും എത്തി.

"ഉണ്ണി ഇന്നെന്താ നേരത്തേ കുളിക്കാൻ വന്നേ?"

അപ്പുവാണ് ചോദിച്ചത്.

നൈനയ്ക്കും കുഞ്ഞാമിനുവിനും ഇതേ സംശയം ഇല്ലാതില്ല.

പൊതുവേ കുളിക്കാൻ അല്പം മടിയുള്ള കൂട്ടത്തിലാണല്ലോ.

“ഇന്നെന്റെ വീട്ടിൽ വിരുന്നുകാര് വരുന്നുണ്ട്. മുത്തശ്ശീടെ ഏട്ടനും, അവരുടെ മക്കളും, കൊച്ചുമക്കളുമൊക്കെയുണ്ട്.”

“കോളടിച്ചല്ലോ ഉണ്ണീ”

നൈനയാണ് പറഞ്ഞത്.

“പായസണ്ടെങ്കിൽ ഞാനും വരാം.”

കുഞ്ഞാമിനുവാണ്.

“പായസക്കൊതിച്ചി.” അപ്പു അവളെ കളിയാക്കി.

“പായസം എല്ലാർക്കും തരാം. ഞാൻ ആദ്യം അവരെയൊന്നു കാണട്ടെ. അമേരിക്കേന്നു വന്നതാത്രെ.”

“എന്തായാലും വിശേഷങ്ങളെല്ലാം വൈകിട്ടു പറയാം. പായസോം കുടിക്കാം.”

മഞ്ഞുതുള്ളികൾ നനവു പടർത്തിയ പച്ചപ്പുല്ലിലൂടെ നടക്കുമ്പോൾ തവളക്കുട്ടികൾ പച്ചപ്പുല്ലിൽ തുള്ളിക്കളിക്കുന്നുണ്ടായിരുന്നു.

ഏഴ്

ഉണ്ണി അലമാര തുറന്ന് തന്റെ ഏറ്റവും പുതിയ ഷർട്ടും നിക്കറുമെടുത്തിട്ടു. പൗഡറിട്ട് മുടി വൃത്തിയായി ചീകി.

"ഇതെന്താടാ നീ കല്യാണത്തിനു പോവുകയാണോ?"

ചേച്ചിയുടെ ചോദ്യം അവന് ഒട്ടും ഇഷ്ടപ്പെട്ടില്ല.

"ചേച്ചീടെ കല്യാണമാണോ?"

"പോടാ മരത്തവളേ."

തവള എന്ന വിളി തന്നെ കേൾക്കുന്നതിഷ്ടമല്ല.

"പോടീ മരമണ്ടീ."

ഇടയ്ക്കിടെയുള്ള ഇത്തരം വാച്യമായ അടികൾ സർവ്വ സാധാരണമാണ്.

അവസാനം അമ്മയുടെ സൈറൻ മുഴങ്ങുന്നതോടെ രണ്ടു പേരും രണ്ടു വഴിക്ക് പിരിയുകയും ചെയ്യും.

മെയിൻ റോഡിൽനിന്നും ഏകദേശം അമ്പത് മീറ്റർ പോക്കറ്റ് റോഡിലൂടെ വേണം വീട്ടിലെത്താൻ.

വീടിനു മുന്നിലൂടെ പോകുന്ന സ്ഥിരം വാഹനങ്ങൾ കാറ്, സ്കൂട്ടർ, സൈക്കിൾ, ഓട്ടോറിക്ഷ എന്നിവയൊക്കെ തന്നെ.

വീട്ടിലുള്ള എല്ലാവരുടെയും കണ്ണ് റോഡിലേക്കാണ്. പുതിയ ടീം വന്നു കയറുമ്പോൾ ചേച്ചിയുമായി പിണങ്ങിയിരിക്കുന്നത് ശരിയല്ല. ഉണ്ണി ചേച്ചിയുടെ പീനമുറിയിലേക്ക് പ്രവേശിച്ചു.

ചേച്ചി തിരിഞ്ഞു നോക്കുന്ന ലക്ഷണമില്ല. കൈയിലുണ്ടായിരുന്ന സ്റ്റീലിന്റെ സ്കെയിൽ വെറുതെ താഴെയിട്ടു.

ലക്ഷ്യം ഫലിച്ചു. ചേച്ചി തിരിഞ്ഞു നോക്കി. ഉണ്ണി ചേച്ചിയെ നോക്കി ചിരിച്ചു.

"എന്താ അടുത്ത വഴക്കിനു വന്നിരിക്കാണോ?"

ചേച്ചി പുച്ഛത്തോടെ ഒരു നോട്ടം.

"ചേച്ചി എന്താ പഠിക്കണേ? അവരെന്താ വരാത്തേ?"

"ആ ... എനിക്കറിയില്ല."

ഉണ്ണി ചേച്ചിയുടെ തൊട്ടടുത്ത കസേരയിലിരുന്നു.

കൈയിൽ കിട്ടിയ കൊച്ചു കഥാപുസ്തകം മറിച്ചു നോക്കി.

പെട്ടെന്ന് കാറിന്റെ ഡോർ തുറക്കുന്ന ശബ്ദം കേട്ടു. ഉണ്ണി പൂമുഖത്തേക്കോടി.

കാറിൽനിന്നും നാലഞ്ചു പേരിറങ്ങിയിട്ടുണ്ട്.

അതിൽ രണ്ടുപേർ കുട്ടികളാണ്.

വിരുന്നുകാർ എത്തിയ വിവരം പറയാൻ ഉണ്ണി വീണ്ടും ചേച്ചിയുടെ അടുത്തേക്കോടി.

എട്ട്

വീട്ടിലെല്ലാവരും വിരുന്നുകാരെ സ്വീകരിക്കുന്ന തിരക്കിലാണ്. വർഷങ്ങൾക്കുശേഷമാണ് അവർ നാട്ടിലേക്ക് വരുന്നത്.

ഉണ്ണിയും ചേച്ചിയും വെറുതെ ജനലഴികൾ പിടിച്ച് അവരെ നോക്കിക്കൊണ്ടിരുന്നു. എല്ലാവരും വലിയ സന്തോഷത്തിലാണ്. വിരുന്നെത്തിയ കുട്ടികൾക്ക് ഒട്ടും അപരിചിതത്വമില്ല. മുൻപരിചയമുള്ളതുപോലെയാണ് അവർ എല്ലാവരോടും സംസാരിക്കുന്നത്.

ഉണ്ണിക്കവരുടെ സംസാരം അത്രയ്ക്ക് ഇഷ്ടപ്പെട്ടില്ല. ഇംഗ്ലീഷു വിഴുങ്ങിയ മലയാളമാണ് പറയുന്നത്.

"ഇതെന്തോന്ന് ഭാഷ?"

ചേച്ചി ഉണ്ണിയോട് ചോദിച്ചു.

പവി, പവൻ എന്നാണ് കുട്ടികളുടെ പേരെന്ന് അവർ മനസ്സിലാക്കി.

പൂമുഖത്തു കൂടെ അലസമായി മുട്ടിയുരുമ്മി ചുറ്റിക്കളിക്കുന്ന പൂച്ചക്കുഞ്ഞുങ്ങളെ കണ്ടതേ പവൻ അവന്റെ മുത്തച്ഛന്റെ കൈയിൽ പിടിച്ചുതൂങ്ങി.

"ഇതെന്ത്.... ഇവര് പൂച്ചയെ കണ്ടിട്ടില്ലേ?"

ചേച്ചി ചോദിച്ചു.

പവിയുടെ അച്ഛൻ ഉണ്ണിയുടെ താടിയിൽ സ്നേഹത്തോടെ തൊട്ടു.

ഉണ്ണി നാണം കുണുങ്ങി ചേച്ചിയുടെ പുറകിൽ നിന്നു.

എല്ലാവരും ഊൺമേശയ്ക്കരികിൽ വട്ടത്തിലിരുന്നു. നിമിഷങ്ങൾക്കകം ചായയും പലഹാരങ്ങളും ഊൺമേശയിൽ നിറഞ്ഞു.

ഉണ്ണിയും ചേച്ചിയും അച്ഛമ്മയോടൊപ്പം ചേർന്നുനിന്നു.

കുട്ടികൾ ഭക്ഷണം കഴിക്കുന്നത് ഉണ്ണിയും ചേച്ചിയും നോക്കി നിന്നു. കൈകൊണ്ട് ഭക്ഷണം തൊടുന്നേയില്ല. സ്പൂൺ മാത്രമുപയോഗിച്ചാണ് അവർ കഴിച്ചത്.

"ഇതെന്ത് തീറ്റ.... കൈകൊണ്ട് കൂട്ടിക്കുഴച്ച് കഴിക്കാനും ഇവർക്കറീല്ലേ?"

ഉണ്ണി ചേച്ചിയെ നോക്കി.

കുട്ടികൾ ഭക്ഷണം കഴിക്കൽ കഴിഞ്ഞ് ഉണ്ണിക്കും ചേച്ചിക്കുമൊപ്പം ചേർന്നു.

"ഞങ്ങളിവിടെ കുറേ നാൾ കാണും. ഇനി നാട്ടിൽ തങ്ങാനാണ് അച്ഛന്റെ പ്ലാൻ. ഞങ്ങൾക്കിവിടെ ഇഷ്ടപ്പെട്ടില്ല. എന്തൊരു ഉൾനാടാണിവിടെ. യു എസ് എയിൽ എത്ര നീറ്റ് പരിസരമാന്നറിയോ? പവൻ എങ്ങനെ മലയാളം പഠിക്കുമോ ആവോ? എനിക്ക് മമ്മി പഠിപ്പിച്ചു തന്നിട്ടുണ്ട്."

പവി പാതി മുറിഞ്ഞ മലയാളത്തിൽ പറഞ്ഞു.

അവരുടെ സംസാരം കേട്ടപ്പോൾ

"ചേച്ചീ, ആ ചേച്ചിടെ കഴുത്തിനാരോ പിടിച്ച പോലാണല്ലോ സംസാരിക്കുന്നത്. തൊണ്ടയ്ക്കെന്തെങ്കിലും പ്രശ്നോണ്ടോ?"

ഉണ്ണി ചോദിച്ചു.

ചേച്ചി പതിയെ ഉണ്ണിയുടെ ചെവിയിൽ പിടിച്ച് "മിണ്ടല്ലേടാ ചെക്കാ" എന്ന് പറഞ്ഞു.

"നമുക്ക് കുളത്തിൽ പോവാം. അവിടെ എന്റെ കൂട്ടുകാര് കാണും."

ഉണ്ണി പറഞ്ഞതും

"അയ്യോ ഞങ്ങൾക്ക് നീന്താനറിയില്ല."

പവിയും പവനും ഒറ്റ സ്വരത്തിൽ അല്പം ഭയപ്പാടോടെ പറഞ്ഞു.

“കുട്ടികൾക്ക് നീന്താനറിയില്ലാട്ടൊ ഉണ്ണീ” എന്ന് മുത്തശ്ശി അകത്തുനിന്ന് ഉറക്കെ പറയുന്നുണ്ടായിരുന്നു.

ഒമ്പത്

റോഡുകടന്ന് കുഞ്ഞാമിനുവിന്റെ പറമ്പിലൂടെ വേണം കുളത്തിലേക്കു പോകാൻ. നൈനയുടെയും അപ്പുവിന്റെയും വീടിനടുത്താണ് കുളം. അപ്പുവിന്റെ വീട്ടിൽ നിന്നു നോക്കിയാൽ കുളക്കടവു കാണാം.

ഉണ്ണിയാണ് വഴികാട്ടി. വളരെ ആവേശത്തിലാണ് നടത്തം. ചേച്ചി പവിയുടെയും പവന്റെയും കൂടെ പതുക്കെയാണ് വരുന്നത്. പാടവരമ്പിലൂടെ അത്ര എളുപ്പം നടക്കാൻ അവർക്ക് കഴിയുന്നുമില്ല.

"ഉണ്ണീ ഒന്നു പതുക്കെ പോ.. ഞങ്ങളെത്ര പുറകിലാ...."

ചേച്ചി വിളിച്ചു പറയുന്നുണ്ട്. ഉണ്ണി കിതച്ചുകൊണ്ട് വഴിയിൽനിന്നു.

"യു എസ് എയിൽ ഇതുപോലത്തെ വഴിയിലൂടെ ഞങ്ങൾ നടന്നിട്ടില്ല. എന്തൊരു ഡിഫിക്കൽറ്റാണിത്."

പവൻ പരാതിപ്പെട്ടു.

അതിനിടയിൽ ഒരു കുഞ്ഞു തവള പവിയുടെ കാലിലേക്ക് ചാടി.

"അയ്യോ.... മമ്മീ... ഡാഡീ..."

അവളുറക്കെ കരഞ്ഞു.

"ഒരു തവളയെ കണ്ടേനാണോ ഇങ്ങനെ കരേണേ....? അപ്പോ നീർക്കോലിയെ കണ്ടാ ചേച്ചി എന്തു ചെയ്യും?"

"നീർക്കോലി! വാട്ട്..? നീർക്കോലി...!"

പവി ഭയത്തോടെ അത്ഭുതപ്പെട്ടു.

പവൻ കറുകപ്പുല്ലുകൾ നനച്ച തന്റെ ഷൂ ഇടയ്ക്കിടെ ടിഷ്യൂ ഉപയോഗിച്ച് തുടയ്ക്കുന്നുണ്ടായിരുന്നു.

"ഇങ്ങനെയാണേൽ ഇയാള് കൊറേ ഷൂ തൊടയ്ക്കേണ്ടി വരും."

ഉണ്ണി വാ പൊത്തിച്ചിരിച്ചു.

കുഞ്ഞാമിനുവും അപ്പുവും നൈനയും അവരോടൊപ്പം ചേർന്നു.

"ഹായ് പൂൾ..!"

പവിയും പവനും ചേർന്നു പറഞ്ഞു.

"പൂൾ അല്ല കുളം. കുളം എന്നു പറഞ്ഞാൽ കേൾക്കാൻ എന്തു രസമുണ്ട്."

അപ്പുവാണ് പറഞ്ഞത്.

"നിങ്ങൾക്ക് 'കുളം കര' കളിക്കാനറിയോ? നിങ്ങടെ നാട്ടിൽ കുളമുണ്ടോ?"

"സിമ്മിങ് പൂൾ ഉണ്ട്."

പവി പറഞ്ഞു.

"എന്നാലേ നിങ്ങടെ സിമ്മിങ് പൂളിലില്ലാത്ത പലതും ഇതേ ഇവിടെ കാണാം."

അപ്പു കുളക്കടവിലേക്കിറങ്ങി. ഓരോരുത്തരായി മെല്ലെ ഇറങ്ങാൻ തുടങ്ങി.

"പവീ, പവൻ രണ്ടുപേരും ശ്രദ്ധിച്ചിറങ്ങണേ. ഷൂ നനയാതെ നോക്കണം."

ചേച്ചി പറഞ്ഞു.

രണ്ടുപേരും പതിയെ ഇറങ്ങി കുളക്കടവിലെ സിമന്റ് പടിയിൽ ഇരുന്നു.

കുളത്തിൽ നിറയെ പരൽ മീനുകൾ വരിവരിയായി ഒഴുകി നടക്കുന്ന കാഴ്ച അവരെ അത്ഭുതപ്പെടുത്തി.

രണ്ട് നീർക്കോലികൾ കുളത്തിനരികിലെ പൊത്തിനരികിൽ നിന്ന് വെള്ളത്തിലേക്ക് ചാടി.

"ഹോ.. സ്നേക്ക്..."

പവൻ ഉറക്കെ കരഞ്ഞു.

നീർക്കോലികൾ മതിലിനരികിലേക്ക് പോയി.

നൈനുവും അപ്പുവും കുഞ്ഞാമിനുവും വെള്ളത്തിലേക്ക് എടുത്തുചാടി.

അവർ വെള്ളത്തിനടിയിലേക്ക് ഊളിയിട്ടിറങ്ങി.

മലർന്നും കമിഴ്ന്നും അഭ്യാസപ്രകടനം കാണിച്ചു.

"സമയം ഒരുപാടായി. എല്ലാരും കരയ്ക്കു കയറിക്കോളൂ. ഭക്ഷണം കഴിക്കാറായി..."

ചേച്ചി ഉത്തരവിട്ടു.

ഇന്നത്തെ ലീഡർ ചേച്ചിയാണ്.

"ഞങ്ങളെ ഇതുപോലെ നീന്താൻ പഠിപ്പിക്കാമോ?"

"മുത്തശ്ശിക്ക് നന്നായി നീന്താനറിയാം. മുത്തശ്ശി സ്റ്റാറാ..."

ഉണ്ണിയുടെ മറുപടി കേട്ട് ചേച്ചിക്ക് ചിരി വന്നു.

"അപ്പൂ, നൈനു, കുഞ്ഞാമിനു... എല്ലാരും ഡ്രസ് മാറി വേഗം വീട്ടിലേക്ക് വന്നേക്കണേ. ഇന്നത്തെ ഭക്ഷണം എന്റെ വീട്ടിൽ..."

എല്ലാവരും കൈ കൊടുത്തു പിരിഞ്ഞു.

പത്ത്

ഉച്ചയൂണിന്റെ ഒരുക്കങ്ങൾ പൂർത്തിയായി എല്ലാവരും പുറത്തു തന്നെ കാത്തിരിക്കുന്നുണ്ടായിരുന്നു.

"ഉണ്ണിയും ടീമും വന്നല്ലോ. ഇനി കഴിക്കാം.."

പവിയുടെ മുത്തച്ഛൻ ഉണ്ണിയെ കളിയാക്കി.

"ആദ്യം കുട്ടികൾ കഴിക്കട്ടെ."

പവിയുടെ മുത്തശ്ശിയും പറഞ്ഞു.

വിഭവസമൃദ്ധമായ ഊൺമേശ. കുട്ടികൾ കൈകഴുകി മേശയ്ക്കു ചുറ്റുമിരുന്നു.

"നിങ്ങൾ രണ്ടുപേരും ഊണ് കഴിക്കുന്നതും സ്പൂൺ ഉപയോഗിച്ചാണോ?"

ഉണ്ണിയുടെ ചോദ്യത്തിന് അല്ലെന്നവർ തലയാട്ടി.

ചൂടോടെ പല രുചിയിൽ, നിറത്തിൽ, മണത്തിൽ ഉള്ള കറികൾ നാക്കിലയ്ക്ക് ചുറ്റും നിറഞ്ഞു. ഇലയ്ക്ക് നടുവിലായി കുത്തരിയുടെ ചോറ്. എല്ലാവരും ചോറിനു നടുവിലൊരു കുഴിയുണ്ടാക്കി. ഉണ്ണിയുടെ അമ്മ അതിൽ സാമ്പാർ വിളമ്പി.

കുഞ്ഞാമിനു പറഞ്ഞു "സാമ്പാറും, പായസവും എന്റെ ഫേവറിറ്റാ."

ഓരോരുത്തരും പരിചിതമായ കറികളുടെ പേരു പറഞ്ഞു.

അച്ചാർ, പുളിയിഞ്ചി, പപ്പടം, തോരൻ, ഓലൻ, കൂട്ടുകറി, അവിയൽ, എരിശ്ശേരി, തൈര്, രസം....

"നല്ല കളി അല്ലേ. ഇപ്പോ എല്ലാരും കുറേ കറികളുടെ പേര് പഠിച്ചില്ലേ."

"ഇനിം ണ്ട് കറികൾ" അപ്പു പറഞ്ഞതുകേട്ട് എല്ലാവരും ചിരിച്ചു.

"എല്ലാവരും നല്ല കുട്ടികളായി ഭക്ഷണം കഴിച്ചെഴുന്നേറ്റേ"

ഉണ്ണിയുടെ അച്ഛൻ പറഞ്ഞതും എല്ലാവരുടെയും ശ്രദ്ധ ഭക്ഷണത്തിലേക്കായി.

"ഇന്ന് ഓണം പോലെയുണ്ടല്ലേ"

നൈനുവും കുഞ്ഞാമിനയും പറയുന്നത് കേട്ടപ്പോൾ യു എസ് എയിലെ മലയാളി സമാജത്തിന്റെ ഓണാഘോഷത്തിന്റെ ഓർമ്മകൾ പവിയും പവനും പങ്കുവച്ചു.

ഉണ്ണി ഇലയിൽ ഒഴിച്ച് പായസം കുടിക്കുന്നത് കണ്ട് പവിക്ക് ഛർദ്ദിൽ വന്നു. രണ്ടുപേരും എഴുന്നേറ്റ് കൈ കഴുകാനോടി.

കുഞ്ഞാമിനു പായസം രുചിയോടെ കഴിച്ചു.

"മോൾക്കിനിവേണോ?" ഉണ്ണീടമ്മ ചോദിച്ചു.

"ഇത്തിരി കഴിഞ്ഞ് കഴിക്കാം."

കുഞ്ഞാമിനു എഴുന്നേറ്റു.

എല്ലാവരും കൈ കഴുകി പുറത്തെത്തി.

"വൈകിട്ടു നമുക്ക് കളിക്കണം കേട്ടോ." അപ്പു പവനെ നോക്കി പറഞ്ഞു.

നൈനു കൈക്കൊണ്ട് തംസപ്പ് കാണിച്ചു.

പതിനൊന്ന്

ഉണ്ണി കളിയുടെ ത്രില്ലിൽ തന്നെയാണ്. മാത്രമല്ല പവിയുടെയും പവന്റെയും മുന്നിൽ എങ്ങനെ ആളാവാമെന്നതാണ് ഇപ്പോഴത്തെ ഏക വിചാരം.

അപ്പുവും നൈനയും കുഞ്ഞാമിനുവുമുണ്ടെങ്കിൽ ശക്തി ഇരട്ടിയാണ്.

നാലുപേരും ചേർന്നാൽ കളികളെക്കുറിച്ച് ഒരു ഗവേഷണ പ്രബന്ധം തന്നെ തയ്യാറാക്കാൻ സംഗതികളുണ്ട്.

മിക്ക കുട്ടികളും ഫോണിൽ തോണ്ടി കുത്തിയിരിക്കുമ്പോൾ നാല്വർ സംഘം കാടും മലയും ചുറ്റി പുതിയ സാഹസങ്ങൾക്ക് വട്ടം കൂട്ടുകയാവും.

അപ്പുവും നൈനയും ടീമാകുമ്പോൾ ഉണ്ണിയും കുഞ്ഞാമിനുവും അതിലും വലിയ ടീമാകും.

ഇവിടെ നാലുപേരും പുതിയ കളിക്ക് ടീമുണ്ടാക്കിക്കഴിഞ്ഞു. അപ്പുവിന്റെ ടീമിൽ പവനും, ഉണ്ണിയുടെ ടീമിൽ പവിയും ഉണ്ടെന്നേ വ്യത്യാസമുള്ളൂ.

"ഇന്നത്തെ കളിയുടെ പേര് കുളം കര."

അപ്പു പ്രഖ്യാപിച്ചു.

"കുളം കരയോ? അതെന്തു കളിയാ?"

“എനിക്ക് നീന്താൻ പോലുമറിയില്ല.”

പവൻ സങ്കടപ്പെട്ടു.

“ഇതിന് നീന്തലൊന്നുമറിയേണ്ട. നമുക്ക് ടെറസീന്നു കളിക്കാം.”

ഉണ്ണി ടെറസിലേക്കോടി.

പുറകെ മറ്റുള്ളവരും.

ഉണ്ണിയുടെ വീടിനു മുകളിൽ വിശാലമായ ടെറസുണ്ട്.

വലിയൊരു കുളത്തിനിവിടെ സ്ഥലമുണ്ട്.

അടുക്കി വച്ച നീല ടാർപ്പായ വിരിച്ച് ചുറ്റിനും ചിരട്ടകൾ അടുക്കി വച്ച് അവർ മനോഹരമായ കുളമുണ്ടാക്കി.

ഉണ്ണിയുടെ കൈയിലെ റബ്ബർ മുതൽ നോട്ടുപുസ്തകം വരെ കുളത്തിലേയും കരയിലേയും കഥാപാത്രങ്ങളായി.

ടെറസിനു മുകളിലെ വെള്ളട്ടാങ്കിൽനിന്നും നീല ഷീറ്റിലേക്ക് വെള്ളം കോരിയൊഴിച്ചു.

കുളം നിറഞ്ഞൊഴുകി. പഠനോപകരണങ്ങൾ നീർക്കോലിയും, തവളയും, പരൽമീനുകളുമായി.

വിശാലമായ നീന്തൽക്കുളത്തിൽ ‘കുളം കര’ എന്നു പറയുന്നതിനനുസരിച്ച് കരയിൽനിന്ന് കുളത്തിലേക്കും കുളത്തിൽനിന്ന് കരയിലേക്കും ചാടി രസിച്ചു.

നീന്തലറിയാത്ത പവിയും പവനും കുളത്തിൽ നീന്തിതുടിച്ചു.

തീഗോളം പോലെ സൂര്യൻ കടലിൻ താഴാനൊരുങ്ങുമ്പോഴും കുളമില്ലാതെ നീന്തൽ പഠിച്ച ആവേശത്തിൽ പവിയും പവനും ഉണ്ണിയെ നോക്കി ചിരിച്ചു.

“ഞങ്ങളിനി കുറേ നാളത്തേക്ക് ഇവിടം വിട്ട് പോകുന്നേയില്ല.”

പവൻ പറയുന്നതുകേട്ട് എല്ലാവരും ചിരിച്ചു.

“നാളെ നമുക്ക് പുതിയൊരു വിദ്യ ചെയ്യാം.”

“അതെന്താ ചേച്ചീ.” പവന്റെ ചോദ്യം.

“അതൊക്കെണ്ട്. നാളെപ്പറയാം. എല്ലാവർക്കും ഗുഡ് നൈറ്റ്.”

പവി താഴേക്കിറങ്ങി.

എല്ലാവരുടെയും വസ്ത്രത്തിൽനിന്ന് വെള്ളത്തുള്ളികൾ ഇറ്റുവീഴുന്നുണ്ടായിരുന്നു.

പന്ത്രണ്ട്

അമ്മയുടെ മുന്നിലേക്ക് നനഞ്ഞ വസ്ത്രവുമായി ഇറങ്ങി വരാൻ ഉണ്ണിക്ക് നല്ല ഭയമുണ്ടായിരുന്നു.

വിരുന്നെത്തിയ കൂട്ടുകാരെക്കൂടി നനയിച്ച സംഭവം അമ്മ ഒട്ടും ക്ഷമിക്കാൻ സാദ്ധ്യതയില്ല.

'തെറ്റുപറ്റിപ്പോയി മാപ്പാക്കിയേക്കണേ' എന്ന ഭാവത്തിൽ ഉണ്ണി അമ്മയ്ക്കു മുന്നിൽ തലകുനിച്ചു നിന്നു.

അല്പനേരം ഉണ്ണിയെ നോക്കിയശേഷം അമ്മ ദേഷ്യത്തോടെ

"എല്ലാരും ഇങ്ങോട്ടു മാറിനിന്നേ."

എന്ന് ആജ്ഞാപിച്ചു.

മുത്തശ്ശിയും പരിവാരങ്ങളും ചുറ്റും നിരന്നു.

കൈയോടെ പിടിക്കപ്പെട്ടതിന്റെ നാണക്കേട് എല്ലാവരുടെയും മുഖത്ത് നിറഞ്ഞുനിന്നു.

"ഇവരെ ഇപ്പോ ഇനി എന്താ ചെയ്യേണ്ടത്?"

പവന്റെ അമ്മയാണ്.

"ഏത്തമിടീക്കാമല്ലേ!"

"എന്തായാലും വീടിനകം മുഴുവൻ കുളമാക്കിയവരല്ലേ?"

പവന്റെ അച്ഛൻ.

"പവിയും പവനും നീന്താൻ പഠിച്ചോ എന്നിട്ട്?"

ഉണ്ണിയുടെ അച്ഛനാണ്.

പഠിച്ചെന്നവർ തലയാട്ടി.

എല്ലാവരും കൂട്ടത്തോടെ ചിരിച്ചു.

"നാളെത്തന്നെ ഇവരെ കുളത്തിൽ കൊണ്ടുപോയി നീന്തൽ പഠിപ്പിക്കുന്ന കാര്യം മുത്തശ്ശിയേറ്റു."

"മുത്തശ്ശി കീ ജയ്"

കുട്ടികൾ ആർത്തുവിളിച്ചു.

"ഇലയടയുണ്ടാക്കിട്ടുണ്ട്. നീന്താൻ പഠിച്ച് ക്ഷീണിച്ചു കാണുല്ലോ എല്ലാരും."

ഉണ്ണിയുടെ അമ്മയ്ക്കു പുറകെ എല്ലാരും അടുക്കളയിലേക്ക് നടന്നു.

"ഹായ് ഇലയട"

കുഞ്ഞാമിനുവാണ്.

"ഉമ്മൂമ്മ ണ്ടാക്കാറുണ്ട്."

"പവിയും പവനും ഇലയട കഴിച്ചിട്ടുണ്ടോ?"

ഇല്ലെന്നവർ കണ്ണിറുക്കി.

ചൂടു ചായയും വാഴയിലയുടെ വാടിയ മണമുള്ള ഇല അടർത്തി അട കഴിക്കുമ്പോൾ പവിയും പവനും അത്ഭുതത്തോടെ നോക്കിയിരിക്കുന്നുണ്ടായിരുന്നു.

പതിമൂന്ന്

പവിയും പവനും ഇതുവരെ കടന്നുപോകാത്ത കളിക്കാഴ്ചകളിലൂടെ കടന്നു പോവുകയാണെന്ന് ഉണ്ണിക്ക് മനസ്സിലായി.

അവധിക്കാലം ശരിക്കും ആസ്വദിക്കുന്നതും അവർ തന്നെയാണ്.

നാക്കിനടിയിൽ എന്തോ വച്ചിരിക്കുന്നതുപോലെ മലയാളം പറഞ്ഞിരുന്ന കുട്ടികൾ നാടൻ വാക്കുകൾ പലതും കേട്ടു പഠിച്ചിരിക്കുന്നു.

പവിയും പവനും ഉണ്ണിയുടെ സംഘത്തിലെ ഒഴിവാക്കാനാവാത്ത കഥാപാത്രങ്ങളായി.

'കളിവാക്കു' കളിയിൽ പവൻ പലപ്പോഴും തോറ്റു പോകുമെങ്കിലും നൂറിലധികം മലയാളം വാക്കുകൾ ഇപ്പോൾ പവന്റെ മാജിക് ബോക്സിലുണ്ട്.

മുത്തശ്ശിയും പവിയുടെ മുത്തച്ഛനും തമ്മിൽ പറയുന്നത് കേട്ടു. "കൂട്ടുകൂടി കളിക്കുമ്പോഴേ കുട്ടികളിൽ സ്നേഹവും സംസ്കാരവും പഠിക്കൂ. ഇപ്പോ കണ്ടില്ലേ രണ്ടുപേരും എത്ര പെട്ടെന്നാണ് കൂട്ടായത്."

ഒന്നിച്ച് കളിച്ചും ചിരിച്ചും പഠിച്ചും കടന്നുപോയ കുട്ടിക്കാലം സഹോദരങ്ങൾ ഓർത്തെടുക്കുന്നത് ഉണ്ണിയും പവിയും കേൾക്കുന്നുണ്ടായിരുന്നു.

പവന്റെ ചേച്ചി എന്തെല്ലാമോ ഗൂഢതന്ത്രങ്ങൾ മെനയുന്നുണ്ട്.

'എന്താണാവോ അടുത്ത പദ്ധതി'

ഉണ്ണി ഓർത്തു.

"ഉണ്ണീ നമുക്കൊരു കളി കളിച്ചാലോ! ഇത്തിരി റിസ്കാണ്. അച്ഛൻ കനിയണം."

"ചേച്ചി ഒന്നു വേഗം പറ."

പവി ഏഴാം ക്ലാസിലാണ്. ഉണ്ണിയുടെ മൂത്തതാണ്.

കൂട്ടത്തിൽ മൂത്തയാൾ പവിതന്നെയാണ്.

"അച്ഛന്റെ കൈയിൽ ക്യാമറയുണ്ട്. അത് നമുക്കൊന്ന് ഒപ്പിച്ചെടുത്താൽ സംഗതി നടക്കും."

"ചേച്ചി ഒന്ന് വേഗം പറ."

ഉണ്ണി ധൃതികൂട്ടി.

"നമുക്ക് നമ്മുടെ കുന്നും മലയും തോടും പുഴയും നമ്മുടെ കളികളും എല്ലാം ആദ്യം ക്യാമറയിൽ പകർത്താം. എന്നിട്ടൊരു പണിയുണ്ട്. അതൊക്കെണ്ട്."

ഉണ്ണിക്ക് കാര്യത്തിന്റെ ഗൗരവം പിടി കിട്ടിയില്ല.

എങ്കിലും കിട്ടിയ വിവരം കൂട്ടുകാരെ അറിയിക്കണമല്ലോ.

ഉണ്ണി അപ്പുവിന്റെ വീട്ടിലേക്കോടി.

പതിനാല്

ഉണ്ണി കൂട്ടുകാരെ വിവരമറിയിച്ചു. ആർക്കും കാര്യമായി ഒന്നും തലയിൽ കയറിയില്ല.

അപ്പുവിന്റെ ഭാഷയിൽ, മിന്നിയില്ല.

എന്നാലും എന്തൊക്കെയോ ഐഡിയാ നൈനയുടെ കണ്ണിലൂടെ മിന്നി മറിഞ്ഞു.

കുഞ്ഞാമിനുവിന് കാര്യമായൊന്നും കത്തിയതായി തോന്നുന്നില്ല.

"എന്തായാലും ഞാൻ കൂടെണ്ട്."

"ശരി നമുക്ക് ചേച്ചിയെ നേരിൽ കാണാം. എന്നിട്ടാവാം തിരുമാനം."

നൈനുവിന്റെ അഭിപ്രായം എല്ലാവർക്കും ബോധിച്ചു.

"ഇവിടെയുള്ള കാടും മേടും കുന്നും മലയും പുഴയും തോടും പിന്നെ നമ്മളുമെല്ലാം ക്യാമറയിൽ പതിയണമെന്നാ ചേച്ചി പറഞ്ഞത്."

"അപ്പോ ചേച്ചി പറഞ്ഞത് സിനിമാ പിടിക്കലാണോ? നൈനു കേട്ടിട്ടില്ലേ? കുട്ടികൾ തയ്യാറാക്കിയ ഹ്രസ്വചിത്രം എന്നൊക്കെ."

"അപ്പു പറഞ്ഞത് ശരിയാ....

എന്നാ നമ്മൾ പൊളിക്കും."

"എങ്കിൽ ഞാൻ തന്നെ ഹീറോ." അപ്പു രജനീകാന്തിന്റെ സ്റ്റൈലിൽനിന്ന് തന്റെ ഹീറോയിസം കാണിച്ചുകൊടുത്തു.

"എന്റെ പുതിയ സൈക്കിളൊന്നു ക്യാമറയിൽ പിടിക്കണം." അപ്പുവിന്റെ ആഗ്രഹങ്ങൾ കൂടിക്കൂടി വന്നു.

"അപ്പോ സിനിമയ്ക്ക് പേരു വേണ്ടേ?"

കുഞ്ഞാമിനു പറഞ്ഞത് ശരിയാണല്ലോ.

എന്നാലത് കുഞ്ഞാമിനു കണ്ടെത്തട്ടെ.

എല്ലാവരും കൈയടിച്ചു പാസാക്കി.

"ഇയ്ക്ക് പറ്റ്വോന്നറീല്ല."

"രാത്രി മുഴോനും ഞാൻ ഉറക്കൊഴിഞ്ഞ് ആലോചിക്കാം."

കുഞ്ഞാമിനുവിന് ബേജാറായി.

"സാരല്യ. എല്ലാർക്കും ആലോചിക്കാം." നൈനു അവളെ ആശ്വസിപ്പിച്ചു.

"അപ്പോ നാളെ കാണാല്ലേ."

"ചേച്ചി എന്നെ തിരക്കുന്നുണ്ടാവും. പുതിയ തന്ത്രങ്ങളുണ്ടാക്കാൻ."

ഉണ്ണി വീട്ടിലേക്കോടി.

അടുക്കളപ്പുറത്ത് നിന്ന് മുത്തശ്ശി പറയുന്നുണ്ടായിരുന്നു.

"ഈ ചെക്കനിതെവിടെ പോയി. മിന്നലു പോല്യാ. നോക്കി നിക്കണേന്റെടേല് കാണില്ല."

"ഇതാ മുത്തശ്ശി ഞാനിവിടെണ്ട്."

ഉണ്ണി ഉറക്കെ പറഞ്ഞു.

www.ingramcontent.com/pod-product-compliance
Lightning Source LLC
LaVergne TN
LVHW060146051026
849517LV00007B/2571

* 9 7 8 9 3 9 3 4 6 8 9 4 9 *

"നമ്മൾ വീഡിയോ എടുത്താൽ മതി. അച്ഛൻ എഡിറ്റ് ചെയ്യും. വീഡിയോ എടുക്കാൻ അച്ഛനെന്നെ പഠിപ്പിച്ചിട്ടുണ്ട്."

എല്ലാവരും കൈയടിച്ചു പാസാക്കി.

"ആദ്യത്തെ ദൃശ്യം കുഞ്ഞിക്കാട്ടിൽനിന്നും ഷൂട്ട് ചെയ്യാം." അപ്പുവാണ് പറഞ്ഞത്.

വള്ളിക്കുടിലിൽ ഊഞ്ഞാലാടാനായി നൈനുവും കുഞ്ഞാമിനുവും തയ്യാറായിക്കഴിഞ്ഞു.

"നമുക്കന്നത്തെ പോലെ വള്ളിക്കുടിലിൽനിന്നും വാക്കു കൊണ്ടുള്ള കളിയിൽ തുടങ്ങാം."

ഓരോരുത്തരും വള്ളി ഊഞ്ഞാലിൽ ആടി അക്ഷരങ്ങൾ ഉപയോഗിച്ച് വാക്കുകളുടെ പെരുമഴ തന്നെ പെയ്യിച്ചു.

പവി മനോഹരമായ കാഴ്ചകൾ വീഡിയോയിൽ പകർത്തിക്കൊണ്ടിരുന്നു.

"അടുത്ത ദിവസം നമുക്ക് കുന്നിലെ കാഴ്ചകൾ പകർത്താം."

തുടർന്ന് ഷൂട്ട് ചെയ്യേണ്ട കാര്യങ്ങൾ അവർ എഴുതി തയ്യാറാക്കി. "കുഞ്ഞാമിനു പറഞ്ഞതുപോലെ നമുക്ക് ഷോയ്ക്ക് 'കാക്കത്തൊള്ളായിരം' എന്നു പേരിടാം."

"അയ്യേ...! എന്നു പറഞ്ഞാ എന്താ?"

പവനു സംശയമായി.

"'കാക്കത്തൊള്ളായിരം' എന്നു പറഞ്ഞാൽ എണ്ണമറ്റ തെന്നാ പവൻ."

നൈനു വിശദമാക്കി.

പവി പകർത്തിയ കാഴ്ചകൾ അച്ഛനെ കാണിച്ചു.

എല്ലാവരും അത്ഭുതപ്പെട്ടു.

"എത്ര ക്രിയേറ്റീവാണ് നമ്മുടെ കുട്ടികൾ. 'കാക്കത്തൊള്ളായിരം' ക്യൂട്ട് നെയിം. നമുക്ക് കാക്കത്തൊള്ളായിരത്തെ വൻ വിജയമാക്കണം. നാളെ നിങ്ങൾക്കൊപ്പം ഞാനും വരുന്നു."

കുട്ടികൾ സന്തോഷത്തോടെ കൈകൾ കോർത്തുപിടിച്ചു. ഉറക്കെ പറഞ്ഞു.

"വൻ വിജയമായിരിക്കും?"

പതിനഞ്ച്

പവി അച്ഛനോട് കുട്ടിസംഘങ്ങളുടെ ആവശ്യം അറിയിച്ചു.

വളരെ സന്തോഷത്തോടെയാണ് പവിയുടെ അച്ഛൻ ആവശ്യം അംഗീകരിച്ചത്. ക്യാമറ നശിപ്പിക്കരുതെന്ന ഉപാധി യോടെയാണ് നല്കിയത്.

കാര്യങ്ങൾ തീരുമാനിക്കാനായി എല്ലാവരും കുഞ്ഞിക്കാട്ടിൽ ഒത്തുകൂടി. പവിയാണ് ഇത്തവണ സംഘത്തിന്റെ നേതാവ്. പവിയുടെ പ്ലാൻ മറ്റുള്ളവർക്ക് കാര്യമായി പിടി കിട്ടിയില്ല.

പവി കാര്യങ്ങൾ വിശദമാക്കി. "നമ്മുടെ പ്രദേശത്തെ കാഴ്ചകളും നമ്മളും വിഷയമാകുന്ന ഒരു 'ബ്യൂട്ടിഫുൾ വീഡിയോ നമ്മൾ ക്രിയേറ്റ് ചെയ്യണം"

ബ്യൂട്ടിഫുൾ മാത്രമേ ഉണ്ണിക്ക് പിടി കിട്ടിയുള്ളൂ.

സംസാരത്തിൽ ബാക്കിയുള്ളവർ ആശയം ഗ്രഹിച്ചിട്ടു ണ്ടെന്ന് മുഖം കണ്ടാലറിയാം.

"ധാരാളം കാഴ്ചകളുടെ വീഡിയോ നമ്മളെടുക്കണം. ഉദാഹരണത്തിന് ഈ കുഞ്ഞിക്കാട് വരെ വേണം."

അപ്പോഴാണ് കുഞ്ഞാമിനു പറഞ്ഞത് "കാക്കത്തൊ ള്ളായിരം കാഴ്ചകൾ."

കുഞ്ഞാമിനു പറഞ്ഞ പേര് കേട്ട് എല്ലാവരും ചിരിച്ചു.